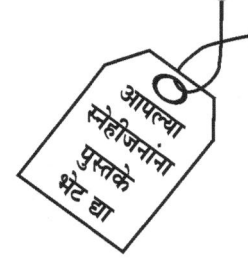

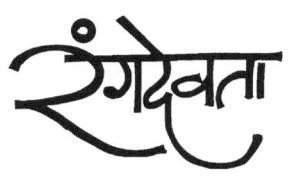

रंगदेवता

(दहा निवडक नाट्यप्रवेश)

संपादक

वि. स. खांडेकर

AA000847

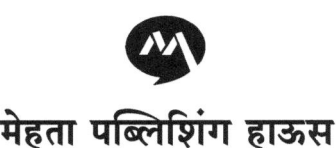

मेहता पब्लिशिंग हाऊस

RANGDEVTA Edited by V. S. KHANDEKAR

रंगदेवता : संपादक **वि.स. खांडेकर / निवडक नाट्यांक**

© सुरक्षित

मराठी पुस्तक प्रकाशनाचे व मराठी E-book पब्लिशिंगचे हक्क,
मेहता पब्लिशिंग हाऊस, पुणे.

प्रकाशक : सुनील अनिल मेहता, मेहता पब्लिशिंग हाऊस,
१९४१, सदाशिव पेठ, माडीवाले कॉलनी, पुणे – ४११०३०.

मुखपृष्ठ : चंद्रमोहन कुलकर्णी

प्रकाशनकाल : पहिली आवृत्ती : १९५३ / दुसरी आवृत्ती : १९५९
तिसरी आवृत्ती : ऑगस्ट, १९९७
पुनर्मुद्रण : मे, २०१४

ISBN 81-7161-677-1

प्रास्ताविक

अर्वाचीन मराठी साहित्याच्या विकासाचा पहिला टप्पा म्हणून चिपळूणकरांच्या 'निबंधमाले'चा नेहमीच उल्लेख केला जाईल. तिच्या जन्मानंतरच्या दशकात मराठी निबंधाने हा हा म्हणता बाळसे धरले. वाङ्मय व विचारपरिवर्तन यांचे एक नवे युग मराठीत सुरू झाले. 'निबंधमाले'च्या पावलावर पाऊल टाकून 'केसरी'सारखे साप्ताहिक उदयाला आले. चिपळूणकरांप्रमाणे टिळक-आगरकरांची लेखणीही लोकजागृतीचा हेतू उत्कटपणे मनात धरून साहित्याच्या क्षितिजावर चमकू लागली.

दुर्दैवाने चिपळूणकर दीर्घायुषी झाले नाहीत. 'निबंधमाला' अवघी सात-आठ वर्षे टवटवीत राहिली. चिपळूणकरांच्या अगदी अकाली झालेल्या मृत्यूमुळे (१८८२) तिचा अस्त झाला. पण सूर्य उगवला, की साऱ्या चराचर सृष्टीत जसे चैतन्य संचारते, तशी 'निबंधमाले'मुळे मराठी मन, मराठी वाङ्मय आणि मराठी जीवन यांची स्थिती झाली. १८८०-९० या दशकात साहित्याच्या प्रत्येक क्षेत्रात नवा बहर येऊ लागला. विशेषत: नाट्य, काव्य व कादंबरी या ललितवाङ्मयाच्या तीन प्रमुख क्षेत्रांत नवे प्रवाह वाहू लागल्याची लक्षणे ठळकपणाने दिसू लागली. केशवसुत व टिळक यांनी आपल्या आधुनिक पद्धतीच्या काव्यलेखनाला प्रारंभ केला तो याच वेळी. 'कविता आणि कवी', 'अढळ सौंदर्य', 'एका भारतीयाचे उद्गार', 'एक खेडे', 'गावी गेलेल्या मित्राची खोली लागलेली पाहून' वगैरे केशवसुतांच्या पहिल्या चांगल्या कविता १८८६-८७ तच लिहिल्या गेल्या. 'माझी भार्या' व 'बापाचे अश्रू' ही काव्ये टिळकांनी १८८७-८८ त लिहिली. १८८०-९० या दशकाच्या आरंभी 'मधली स्थिती' ही आपली पहिली कादंबरी लिहिताना हरिभाऊ आपट्यांनी परकीय वाङ्मयाच्या पांगुळगाड्याचा (रेनॉल्ड्स या कादंबरीकाराचा) थोडा-फार आधार घेतला खरा, पण त्याच दशकाच्या अखेरीस 'पण लक्षात कोण

घेतो?' सारखी स्वतंत्र, सुंदर व सरस कादंबरी लिहून त्यांनी साऱ्या साक्षर वर्गाला चकित केले.

मराठी नाट्याचा विकास याच दशकाच्या प्रारंभी जोमाने सुरू झाला, हा काही केवळ एक नाटकी योगायोग नव्हे. बालपण आणि कौमार्यकाल ओलांडून यौवनात पदार्पण करणाऱ्या व्यक्तीच्या शरीरात आणि मनात किती जलद बदल होत जातात. सामाजिक जीवनातही सदैव अशीच स्थित्यंतरे होत असतात. नवे चैतन्य संचारले, की त्याच्या रोमारोमांतून ते प्रकट होऊ लागते. राजकीय पारतंत्र्याची चीड, सामाजिक दोषांची जाणीव, इंग्रजीच्या मानाने दिसून येणारा आपल्या मातृभाषेचा मागासलेपणा, एक ना दोन, अशी अनेक शल्ये महाराष्ट्राच्या मनात त्या वेळी सलू लागली होती. या आत्मिक अस्वस्थतेतूनच नवा महाराष्ट्र घडविण्याचे प्रयत्न साकार होऊ लागले. न्यू इंग्लिश स्कूलसारख्या ध्येयवादाने प्रेरित झालेल्या खासगी इंग्रजी शाळा निघाल्या, फर्ग्युसन कॉलेजसारख्या महाविद्यालयाने विद्यार्थ्यांपुढे जीवनाचे नवे नवे आदर्श ठेवले. 'केसरी', 'सुधारक', 'करमणूक' वगैरे साप्ताहिके लोकशिक्षण आणि लोकरंजन करण्याकरता कंबर बांधून पुढे सरसावली. साहजिकच काव्य, नाट्य, कादंबरी वगैरे लोकप्रिय वाङ्मयप्रकारांचाही एक प्रकारचा पुनर्जन्म झाला.

❖

या काळात या सर्व वाङ्मयप्रकारांची कात गळून पडली, असे वर्णन केले, तर ते चुकीचे होणार नाही. पण ते अतिशय अपुरे ठरेल. या वेळी साहित्याच्या सर्व क्षेत्रांत केवळ बहिरंगातच बदल झाला, असे नव्हे. त्याचे अंतरंगसुद्धा अगदी तळापासून ढवळून निघाले. एका नव्या दिशेने कलात्मक जीवनाचे प्रवाह वाहू लागले. मूळच्या रायवळ आंब्यावर कलम करावे, त्याप्रमाणे वाङ्मयाची स्थिती झाली. मराठी प्रतिभेवर संस्कृत वाङ्मयाचे संस्कार पूर्वीपासून होत होतेच. आता अभिजात इंग्रजी वाङ्मयाचे संस्कार त्याच्यावर होऊ लागले. अनुवाद, अनुकरण, ओबडधोबडपणा वगैरे गोष्टी झपाट्याने मागे पडल्या. पांगुळगाड्याच्या आधाराने पावले टाकणाऱ्या एखाद्या बालकाने तो सोडून देऊन एकदम दुडुदुडु धावू लागावे, तसे दृश्य साहित्यात सर्वत्र दिसू लागले.

नाट्यक्षेत्रात ही क्रांती घडवून आणण्याचे श्रेय बळवंत पांडुरंग ऊर्फ अण्णासाहेब किर्लोस्कर यांना आहे. बेळगावच्या रेव्हिन्यू ऑफिसात खर्डेघाशी करीत बसलेले अण्णासाहेब किर्लोस्कर तत्कालीन लोकांना साधे कारकून वाटले असतील. या कारकुनाचा आत्मा कवीचा आहे याची त्यांना तरी कशी कल्पना यावी? पण कचेरीत पांढऱ्यावर काळे करणारे अण्णासाहेब अष्टौप्रहर मनाने वावरत होते, ते जीवनातली कृष्णता उजळवून टाकणाऱ्या कालिदासासारख्या प्रतिभाशाली कवींच्या

सहवासात. भल्याबुऱ्या पौराणिक व ऐतिहासिक कथाप्रसंगांवर नाटके आधारण्याचा जमाना होता तो. त्या पद्धतीप्रमाणे 'शांकरदिग्विजय' व 'अल्याउद्दिनाची चितोडवर स्वारी' अशी काही सामान्य नाटके किर्लोस्करांनी लिहिली. पण त्यांच्या या अविकसित प्रतिभेला अभिजात नाट्य म्हणजे काय याची पुरेपूर जाणीव होती. त्यांचे कविमन पंख पसरून अंतरंगात उंच उंच उडण्याकरता धडपडत होते. कारकुनी पिंजऱ्यात आपली ही महत्त्वाकांक्षा तृप्त होणे शक्य नाही, असे वाटून त्यांनी त्या नोकरीकडे पाठ फिरविली आणि कालिदासाची कास धरली. जातिवंत कलावंत हा परमेश्वराच्या प्राप्तीकरता सर्वसंगपरित्याग करणाऱ्या संतासारखा, किंबहुना देशापायी सर्वस्वाचा होम करणाऱ्या देशभक्तासारखाच असतो. आपल्या वाटेवर फुले पसरलेली आहेत, की निखारे फुललेले आहेत, यांची क्षिती न करता तो आपल्या ध्येयामागे धावत सुटतो. जगाच्या दृष्टीने वेड्या ठरणाऱ्या, पण अंती जगाच्या सुखात भर घालणाऱ्या अशा मूठभर माणसांपैकीच अण्णासाहेब एक होते.

कालिदासाच्या 'अभिज्ञान शाकुंतला'चे संगीत रूपांतर किर्लोस्करांनी ज्या दिवशी रसिकांना सादर केले, त्याच दिवशी मराठी रंगभूमीवर खरेखुरे नवे युग सुरू झाले. अभिजात काव्य, सुंदर नाट्य व मधुर संगीत यांच्या त्रिवेणी संगमात तत्कालीन प्रेक्षक आनंदाने डुंबू लागले. पण शाकुंतलाच्या या मोहिनीत कालिदासाचा मोठा भाग होता. या संगीत रूपांतरात किर्लोस्करांचे कौशल्य दिसून आले. पण त्यांच्या प्रतिभेचे खरेखुरे दर्शन लोकांना झाले, ते नंतरच्या 'सौभद्रा'त. हे नाटक रंगभूमीवर येऊन सत्तर वर्षे झाली, पण अजूनही ते पहिल्या दिवसाइतकेच लोकप्रिय आहे. त्याची गोडी अवीट आहे. काळ बदलला, तंत्रविषयक अनेक कल्पनांत जमीन-अस्मानाचा फरक पडला, गेल्या पाच वर्षांत अनेक प्रभावी नाटके रंगभूमीवर आली; पण 'सौभद्रा'चे स्थान अढळच राहिले. ते कुणीही हिरावून घेऊ शकले नाही.

अशी विलक्षण लोकप्रियता मिळण्यासारखे अनेक गुण या नाटकात आहेत, यात शंका नाही. नाट्यकथांत प्रेमकथा नेहमीच प्रेक्षकांना अधिक आवडतात. पुराणांच्या द्वारे लोकांना परिचित असलेली, पण अभिजात संस्कृत नाटककारांनी न हाताळलेली सुभद्राहरणाची कथा नाटकाकरता निवडण्यात किर्लोस्करांनी मोठे चातुर्य प्रकट केले. 'रोमिओ अँड ज्यूलिएट'सारखी तीव्र शोकांत प्रेमकथा पाश्चात्त्य देशांत लोकप्रिय होऊ शकते. तिकडल्या जीवनात व इतिहासात प्रेम, साहस, पुरुषार्थ, निसर्गाशी झगडा, व्यक्तिस्वातंत्र्य इत्यादिकांचे तांडवनृत्य कित्येक शतके चालत आले आहे. त्यामुळे शोकांत कथेचा रसास्वाद घ्यायला लागणारी मनोवृत्ती तिकडल्या सर्वसामान्य माणसाच्या ठिकाणी निर्माण झाली आहे. किर्लोस्करांच्या वेळची आपली सामाजिक स्थिती त्याच्या अगदी उलट होती. समशीतोष्ण व सुजल आणि सुफल अशा या भारतवर्षात प्रथम वसाहती करताना आर्यांनी अनेक

मोठे संघर्ष केले असतील. पण त्यानंतर भारतीय जीवनाला जी स्थिरता आली, तिचे पुढे पुढे जवळजवळ जडतेत रूपांतर झाले. अधूनमधून या देशावर परकीयांच्या स्वाऱ्या होत होत्या, परचक्रामुळे आणि यादवीमुळे लढाया सुरू होत्या, प्रसंगी राज्यक्रांत्या घडत होत्या हे खरे; पण ज्याला आपण सामाजिक जीवन म्हणतो ते अशा आघातांनी आपल्या देशात कधीच विशेष विचलित झाले नाही. त्यामुळे नाटक सुखांत असावे या संस्कृत वाङ्मयातल्या परंपरागत दंडाचा प्रभाव समाजाच्या अंतर्मनावर नेहमी कायम होता. साहजिकच प्रेमकथा निवडताना ती सुखांत असली पाहिजे ही दक्षता घेणे किर्लोस्करांना अगदी आवश्यक होते. 'सुभद्राहरणा'ची कथा निवडून त्यांनी आपली नाट्यदृष्टी किती वेधक आणि भेदक आहे हे सिद्ध केले.

पण एखादा चांगला नाट्यविषय हुडकून काढणे निराळे आणि त्याचा कुशलतेने विकास करणे निराळे. पहिली गोष्ट चमकदार प्रतिभेला साधेल, पण दुसरी गोष्ट साधायला मात्र ती प्रतिभा रसाळच असली पाहिजे. किर्लोस्करांनी याबाबतीत अपूर्व यश मिळविले. विशेषत: विनोद व संगीत या दोन्ही गोष्टींना या कथेत अतिशय अवसर आहे हे त्यांनी जाणले आणि त्या दृष्टीने कथानकाची मोठ्या सहजतेने मांडणी केली. महाभारतातल्या मूळ कथेत नसलेला, पण हरिदासी कथांतून पिढ्यान् पिढ्या आलेला अर्जुनाच्या संन्यासग्रहणाचा भाग नाट्यदृष्ट्या अत्यंत रसाळ व रंजक होईल हे नाटककाराने ओळखले आणि कथेच्या विकासाला आणि विलासाला त्याचा उपयोग करून घेतला. 'त्रिदंडी संन्यास' हा या पुस्तकातील वेचा (पृ. १-९) त्यांच्या कल्पकतेची व कौशल्याची कल्पना आणून देण्याला समर्थ आहे. 'सौभद्रा'तले कृष्ण व बलराम यांचे सारे प्रवेश बहारदार वठले आहेत, याचे कारण 'सौभद्रा'ला विनोदप्रधान नाटकाची (Light Comedy) सुंदर बैठक मिळाली आहे हेच होय. नाट्यदृष्ट्या हा विनोद अभ्यासनीय आहे. त्यात केवळ शाब्दिक कोट्यांची आतशबाजी नाही किंवा हास्यकारक, पण अस्वाभाविक अशा प्रसंगांची लयलूट नाही. अर्जुनाच्या संन्याशाच्या रहस्याभोवती मोठ्या संयमाने नाटककाराने 'सौभद्रा'चे कथासूत्र गुंफिले आहे. या सूत्रातून प्रसंगनिष्ठ व स्वभावनिष्ठ विनोद सारखा निर्माण होत असतो. मात्र तो कुठेही प्रहसनाच्या पातळीवर उतरत नाही. ज्याच्याविषयी आपल्याला तिटकारा वाटतो अशा दुर्योधनाशी आपले लग्न होणार, या कल्पनेने दु:खी झालेली सुभद्रा पाचव्या अंकापर्यंत त्याच मन:स्थितीत प्रेक्षकांपुढे उभी असते. तिच्या कारुण्याच्या पार्श्वभूमीमुळे या विनोदाची गोडी अधिकच वाढली आहे. सुभद्रा व रुक्मिणी या नणंदाभावजयांची भाषणे आणि टोमणे इतके स्वाभाविक व घरगुती आहेत की, आपण स्थळकाळांनी फार दूर असलेल्या कुठल्या तरी राजवाड्यातला एखादा प्रसंग पाहत आहोत याचा प्रेक्षकांना विसर पडतो. ते सारे चाललेल्या नाटकाशी समरस होतात.

नाट्यकथेत पात्रांची आणि प्रसंगांची गर्दी किंवा गुंतागुंत झाली म्हणजे रसोत्कर्ष साधणे अवघड होऊन बसते. त्याचप्रमाणे तिच्यात नाट्याची रंगत वाढविणारी पात्रे किंवा प्रसंग नसले तर ती अगदी अळणी वाटू लागते. 'सौभद्रा'त मोजकी पात्रे आणि निवडक प्रसंग यांच्यावर किर्लोस्करांनी आपले लक्ष केंद्रित केले आहे. म्हणूनच ते इतके यशस्वी होऊ शकले.

संगीतप्रधान नाटक या दृष्टीनेही 'सौभद्रा'चे महत्त्व असाधारण आहे. इंग्रजी रंगभूमीवर संगीतप्रधान नाटकांची (Opera) जी परंपरा आहे तिच्यात कथेच्या वास्तवतेला फारसे महत्त्व नाही. नाट्यापेक्षा (Drama) नाटकी प्रसंगांनाच (Melodrama) तशा प्रकारच्या कथानकात अधिक अवसर असतो. किर्लोस्करांचे वैशिष्ट्य हे, की विनोद व संगीत यांच्या जोडीने नाट्याची उच्च पातळी कायम राखून त्यांनी ही अभिजात कलाकृती निर्माण केली. कोल्हटकरांचे 'मूकनायक' आणि खाडिलकरांची 'मानापमान', 'स्वयंवर' वगैरे नाटके यांच्यापुढे 'सौभद्रा'चा कित्ता होता, एवढे सांगितले म्हणजे या नाटकाचा मराठी रंगभूमीवर झालेला परिणाम सहज लक्षात येईल. किंबहुना वरेरकरांच्या 'हाच मुलाचा बाप' व 'सत्तेचे गुलाम' या नाटकांत सामाजिक प्रश्नांशी संगीत व विनोद यांचा मेळ बसून, त्यांना जे खुशखुशीत स्वरूप आले, त्याचा उगम विविध नाट्यगुणांचा समन्वय करणाऱ्या 'सौभद्रा'त आढळेल.

❖

केवळ 'सौभद्रा'वरूनच नव्हे, तर त्यानंतर लिहिलेल्या व लेखकाच्या आकस्मिक मृत्यूमुळे अपुऱ्या राहिलेल्या 'रामराज्यवियोगा'वरूनही किर्लोस्करांच्या प्रतिभेचे वळण मुख्यत: संस्कृत पद्धतीचे होते हे दिसते. त्यांनी थोडी-फार इंग्रजी नाटके वाचली असतील. कदाचित शेक्सपिअरशी त्यांचा चांगला परिचयही असेल. पण नाट्यवस्तूचा विकास व मांडणी या दोन्हींमध्ये त्यांनी पाश्चात्त्य नाटकांपासून स्फूर्ती घेतल्याचे कुठे आढळत नाही. तसे पाहिले तर रामाला चौदा वर्षांच्या वनवासाला पाठवून आपला मुलगा सिंहासनावर बसवू इच्छिणाऱ्या कैकेयीचे मृदू स्वभावाच्या संस्कृत नायिकांपेक्षा शेक्सपिअरच्या लेडी मॅक्बेथशीच अधिक साम्य आहे. कैकेयीच्या वचनात आणि सौंदर्यात गुंतलेल्या वृद्ध दशरथाची भूमिकाही त्याच श्रेष्ठ नाटककारांच्या किंग लिअरसारखी संमिश्र व उत्कट अशी रंगविणे अशक्य नाही. पण किर्लोस्करांनी 'रामराज्यवियोगा'च्या रचनेत चातुर्य दाखविले असले तरी त्यातील नाट्याचे, संवादांचे व स्वभावरेखांचे वळण पूर्णपणे पौर्वात्य आहे.

हे वळण दीर्घकाल तसेच पुढे चालणे शक्य नव्हते. पाश्चात्त्य राजकारण, पाश्चात्त्य वाङ्मय, पाश्चात्त्य तत्त्वज्ञान (पाश्चात्त्य याचा अर्थ त्या काळी मुख्यत: इंग्रजी

असा होत होता ही गोष्ट निराळी) यांचा आपल्या जीवनाशी हरघडी संबंध येत होता. या प्रभावी संपर्काने सामाजिक जीवनात एक प्रकारचे नवे रसायन तयार होत होते. त्यामुळे एकीकडे किर्लोस्करांची 'सौभद्र' व 'शाकुंतल' ही संगीत नाटके रंगभूमी गाजवीत होती, तर दुसरीकडे आगरकरांसारखे स्वभावत: निबंधकार असलेले लेखक शेक्सपिअरच्या 'हॅम्लेट' या जगप्रसिद्ध नाटकाचे रूपांतर करीत होते. शेक्सपिअरची अशी अनेक नाटके पुढल्या दोन तपांत मराठी रंगभूमीवर आली. त्यांच्या 'हॅम्लेटसारख्या एकेक नाटकाची अनेक रूपांतरे झाली. १९१०-१५ पर्यंत यापैंकी काही नाटकांनी रंगभूमी गाजविली. 'हॅम्लेट' व 'त्राटिका' ही त्यांच्यातील विशेष लोकप्रिय नाटके होत. गणपतराव जोशी व बाळाभाऊ जोग या अभिनयपटू नटांची नावे या नाटकांशी निगडित झाली आहेत. 'हॅम्लेट' हे शेक्सपिअरचे अत्यंत करुणगंभीर असे नाटक. 'त्राटिका' ही त्याची विनोदप्रधान कृती. या दुसऱ्या नाटकातून या पुस्तकातला 'त्राटिका आणि प्रतापराव' हा वेचा (पृ. १०-१८) घेतला आहे.

'त्राटिका' हा 'टेमिंग ऑफ धी श्रू'चा अनुवाद फर्ग्युसन कॉलेजातले इंग्रजीचे प्रसिद्ध प्राध्यापक वासुदेव बाळकृष्ण केळकर यांनी केला. रूपांतराचा तो एक चांगला नमुना आहे. या नाटकाची भाषा इतकी खुसखुशीत आणि सर्वसामान्य व्यवहारातली आहे की, मूळ नाटक परदेशातले आणि तेही तीन शतकांपूर्वी लिहिले गेलेले आहे याची प्रेक्षकांना क्षणभरसुद्धा आठवण होत नाही. शेक्सपिअरने चित्रित केलेल्या पाश्चात्त्य समाजाचे जीवन आपल्यापेक्षा अनेक बाबतींत भिन्न आहे. पण त्याला अस्सल देशी रूप देण्यात केळकरांनी फार मोठे कौशल्य प्रकट केले आहे. आगरकरांच्या 'विकारविलसिता'ने (हॅम्लेट) विलक्षण कारुण्य व गूढ गांभीर्य यांच्यामुळे मराठी प्रेक्षकांना दोन पिढ्या अखंड झुलविले. गणपतराव जोश्यांसारख्या अप्रतिम नटाच्या अभिनयामुळे त्यातला परकेपणा त्या काळच्या प्रेक्षकांना फारसा बोचला नसला तरी केळकरांच्या ठिकाणी रूपांतराला लागणारे चातुर्य अधिक प्रमाणात वास करीत होते यात शंका नाही.

'त्राटिके'तल्या वेच्याची 'सौभद्रा'तल्या वेच्याशी तुलना करून पाहणे मोठे मनोरंजक व बोधप्रद आहे. दोन्ही वेच्यांत विनोदाला प्राधान्य आहे. पहिल्यात रुक्मिणी अर्जुनाचे सोंग बाहेर काढते. दुसऱ्यात प्रतापराव त्राटिकेला वठणीवर आणण्याकरिता अनेक क्लृप्त्यांचा आश्रय करतो. आपल्या अतिशय प्राचीन नाट्यवाङ्मयात विनोदाला बहुधा विदूषकाचा आधार लागे. शकारासारखे वैशिष्ट्यपूर्ण स्वतंत्र पात्र किंवा वसंतसेनेने चारुदत्ताकडे ठेव म्हणून ठेवलेले दागिने शर्विलकाने चोरावेत आणि तिच्या घरी दासी म्हणून राहणारी आपली प्रियकरीण मदनिका हिला सोडविण्याकरिता ते तिलाच नेऊन द्यावेत असा नाट्यपूर्ण, पण हास्यकारक प्रसंग

'मृच्छकटिक' सोडले तर साऱ्या संस्कृत वाङ्मयात दुसरीकडे कुठे सापडणार नाही. भारतीय संस्कृतीत काव्याचा विकास वास्तवापेक्षा आदर्शाच्या आधाराने झाला. त्यामुळे कल्पनेची चमत्कृती अथवा तत्त्वज्ञानाची उपरती यांच्याइतके भावनेच्या विलासाला त्यात स्थान मिळाले नाही. विनोदाचे आदर्शापेक्षा वास्तवाशीच अधिक जवळचे नाते आहे. त्यामुळे त्याचा स्वैर विकासही आपल्या प्राचीन वाङ्मयात आढळत नाही. 'त्राटिका आणि प्रतापराव' या वेच्यात विनोदाचे जे तरल नर्तन आहे, ते कोल्हटकरांचा मराठी रंगभूमीवर उदय झाल्यानंतरच आपल्याकडे स्पष्टपणे दिसू लागले.

❖

'हॅम्लेट', 'त्राटिका' इत्यादी शेक्सपिअरचे अनुवाद किंवा मोलिअरप्रभृती अन्य पाश्चात्त्य नाटककारांच्या कृतींची अधूनमधून होणारी रूपांतरे यांनी नाट्याच्या परंपरागत प्रवाहापेक्षा भिन्न अशा धारा मराठीत आणल्या खऱ्या. पण या धारांना त्या काळात प्रवाहाचे स्वरूप प्राप्त झाले नाही. अशा प्रकारचे अनुवाद करणाऱ्या मंडळींत विद्वान माणसे असली तरी त्यांची लेखनप्रवृत्ती नाटककाराची नव्हती. हौसेने व इंग्रजी वाङ्मयात जे सुंदर आणि अभिजात म्हणून गौरविले जाते त्याची ओळख आपल्या सर्वसामान्य प्रेक्षकाला व्हावी या भावनेने त्यांनी आपली लेखणी या कामी अधूनमधून राबविली इतकेच.

त्यामुळे किर्लोस्करांच्या मृत्यूनंतर जवळजवळ तप-दीड तप त्यांच्या संगीत नाटकांची परंपराच रंगभूमीवर राज्य करीत राहिली असे म्हणायला हरकत नाही. नाटक हा निरक्षर मनुष्यालासुद्धा सुलभ असणारा मनोरंजनाचा प्रकार अगदी नवे रूप घेऊन रंगभूमीवर वावरू लागला होता. कीर्तने व पुराणे ही त्यापूर्वीची आबालवृद्धांची रंजनाची आणि शिक्षणाची प्रमुख साधने होती. त्या पुराणश्रवणातून परिचित झालेल्या कथाच नाट्यरूपाने लोकांपुढे येत होत्या. कीर्तनाद्वारे तृप्त होणारी त्यांच्या काव्याची व गाण्याची आवड नाटकातल्या संगीतामुळे संतुष्ट होत होती. हळूहळू वाढणारी शहरे, त्यांचा पोटापाण्यासाठी मोठ्या प्रमाणात आश्रय घेणाऱ्या लोकांची रंजनाची भूक भागविण्याची आवश्यकता, भाऊराव कोल्हटकर, मोरोबा वाघोलीकर व बाळकोबा नाटेकर यांच्या गाण्याने आणि अभिनयाने रंगणारी 'सौभद्र-शाकुंतला'सारखी नाटके, वाङ्मयाची निर्मिती व प्रसार यांच्याविषयी सुशिक्षितांना वाटू लागलेली आस्था इत्यादी अनेक गोष्टी एकत्रित झाल्यामुळे १८८२-१८९८ या कालखंडात संगीत नाटकांची वाढ महाराष्ट्रात मोठ्या झपाट्याने होत गेली.

❖

गोविंद बल्लाळ देवल हे या काळातले मूर्धाभिषिक्त नाटककार होत. देवल किर्लोस्करांचे शिष्य. 'शारदे'सारख्या स्वतंत्र व नाट्यसृष्टीतल्या नव्या युगाची नांदी करणाऱ्या नाटकाच्या प्रारंभीसुद्धा ते नम्रतेने आपल्या गुरूचे स्मरण करतात. 'शारदे'तल्या ईशस्तुतीची सुरुवातच अशी आहे : 'शंकरपद वंदि आधिं। मग नत बलवंतपदीं' मात्र देवल किर्लोस्करांचे शिष्य असले तरी गुरूलाही ज्याचा अभिमान वाटावा असे शिष्य होते. त्यांनी एकंदर सात नाटके लिहिली. त्यातली सहा रूपांतरित किंवा आधाररचित आहेत. पण त्यांच्या सात नाटकांपैकी 'झुंझारराव', 'मृच्छकटिक', 'शारदा' व 'संशयकल्लोळ' ही चार मराठी रंगभूमीच्या या पडत्या काळातही तिची भूषणे म्हणून चमकत आहेत. 'झुंझारराव' हे शेक्सपिअरच्या 'ऑथेल्लो'चे रूपांतर. 'मृच्छकटिक' हे 'शाकुंतला'इतकेच लोकप्रिय असलेले, पण त्याच्यापेक्षा अगदी निराळ्या पद्धतीचे शूद्रकाचे संस्कृत नाटक. 'संशयकल्लोळ' हे 'All in the wrong' या प्रहसनाच्या आधारे रचलेले. पण या तिन्ही नाटकांना मराठी वेष चढविताना देवलांनी इतकी कारागिरी प्रकट केली आहे आणि इतका चोखंदळपणा दाखविला आहे की, स्वतंत्र कथानकावर नाट्यरचना करणाऱ्या लेखकांनीसुद्धा त्यांच्या पायांपाशी बसून रेखीव स्वभावरचनेचे, सहजसुंदर परिणामकारक संवादांचे, उमलत जाणाऱ्या फुलांप्रमाणे भासणाऱ्या नाटकाच्या मांडणीचे आणि नदीच्या पुराच्या पाण्याप्रमाणे पायरीपायरीने चढत जाणारा रसोत्कर्ष साधण्याच्या कौशल्याचे धडे घ्यावेत.

प्रसन्न गद्यपद्यरचना हा देवलांच्या प्रतिभेचा उपजत विशेष होता. क्लिष्टता या शब्दाशी तिचा परिचयच नसावा. रसाळ द्राक्षे तोंडात टाकताच विरघळू लागतात ना? तशी त्यांची पदे आहेत. सोपेपणामुळे ती ओबडधोबड झाली आहेत असे सहसा आढळणार नाही. त्याचप्रमाणे केवळ गोड आणि कोमल शब्दांची खैरातही त्यांच्या पद्यरचनेत दिसणार नाही. अर्थ- गद्याइतकाच महत्त्वाचा असलेला आणि कथानकाला पोषक होणारा अर्थ- हा त्यांच्या पदांचा आत्मा आहे. संगीताचा त्यांच्याइतका रसपरिपोषक उपयोग करण्याच्या कामी किर्लोस्करांखेरीज दुसरा कुणीही नाटककार यशस्वी झाला नाही. 'बघुनि त्या भयंकर भूता फोडिली तिने किंकाळी', 'कधि करिसी लग्न माझे, तुज ठावे, ईश्वरा', 'मूर्तिमंत भीति उभी मजसमोर राहिली', 'तू टाक चिरुनि ही मान' आणि 'सदय शांत अससी, मरणा' ही शारदेतली फक्त पाच पदे वाचली तरी या अल्लड कुमारिकेच्या कारुण्यपूर्ण जीवनाचा सारा चित्रपट डोळ्यांपुढे उभा राहतो.

देवलांचा दुसरा मुख्य गुण त्यांची सूक्ष्म व तीक्ष्ण नाट्यदृष्टी. 'मृच्छकटिका'च्या दहा अंकांची काटछाट करून त्यांनी ते सात सुटसुटीत अंकांत कसे बसविले, याचा अभ्यास नव्या नाटककारांनी अवश्य करावा. संयम हा केवढा मोठा नाट्यगुण

आहे याची त्यांना त्यावरून कल्पना येईल. इब्सेन, गॅल्सवर्दी प्रभृति आधुनिक युरोपियन नाटककारांची नीटस रचना आणि काटेकोर संवाद यांचे दर्शन मराठीत कुठे होत असेल तर ते देवलांच्या नाटकात. नाटकाचे काव्य व कथा यांच्याशी कितीही जवळचे नाते असले तरी ते काव्य दृश्य आहे आणि ती कथा रंगभूमीवर घडणारी आहे याचा देवलांना केव्हाही विसर पडत नाही. बाणाची संस्कृत कादंबरी म्हणजे एक प्रकारच्या अद्‌भुतरम्यतेने परिपूर्ण असा समुद्रच आहे. त्यात नायक दोन, नायिका दोन आणि त्या दोन नायकांची कथा आहे, तीही एका जन्माची नाहीतर तीन जन्मांची. काव्याच्या गर्द आणि स्वच्छंद विस्ताराखाली झाकून गेलेल्या अशा कथेला नाट्यरूप देणे किती कठीण असेल याची कल्पना करावी. पण हे काम देवलांनी 'शापसंभ्रमा'त यशस्वी रीतीने केले. 'संशयकल्लोळ' नाटक त्यांच्या या व अशाच प्रकारच्या इतर नाट्यगुणांचे मूर्तिमंत स्मारक आहे.

मात्र 'संशयकल्लोळ' नाटकाची विलक्षण लोकप्रियता लक्षात घेऊनही देवलांची प्रतिभा प्रकर्षाने प्रकट झाली ती 'शारदा' नाटकातच, असे मला वाटते. सर्वस्वी स्वतंत्र असे देवलांचे हे एकच नाटक आहे. पण त्याने देवलांना जी कीर्ती मिळवून दिली ती इतरांना दहा-दहा नाटके लिहूनही मिळाली नसेल. हे नाटक लिहीपर्यंत देवल किर्लोस्करांच्या पावलावर पाऊल टाकून जात होते. पण या वेळी त्यांनी नवा मार्ग चोखाळण्याचा प्रयत्न केला. संस्कृत अथवा इंग्रजी नाटकांच्या आधाराने नाट्यरचना करायची, फार फार तर प्रसिद्ध अशा पौराणिक अथवा ऐतिहासिक प्रसंगांवर स्वतंत्र नाट्यकृती उभारायची असा आतापर्यंतचा पायंडा होता. सामाजिक स्वरूपाची नाटके कित्येकांनी लिहिण्याचा प्रयत्न केला होता नाही असे नाही. पण अभिजात नाट्यगुण व वाङ्मयगुण यांच्या अभावी 'सौभद्र', 'मृच्छकटिक', 'हॅम्लेट' किंवा 'त्राटिका' यांच्यासारखे लोकांच्या मनाची पकड घेण्याचे सामर्थ्य त्यांच्यापैकी एकानेही दाखविले नव्हते. अशा तऱ्हेची शक्ती प्रकट करणारे 'शारदा' हेच पहिले सामाजिक नाटक होय.

या नाटकाने मराठी रंगभूमीवर सामाजिक नाटकांचे युग सुरू केले. जातिवंत साहित्यिकाची प्रतिभा प्रक्षुब्ध झाल्याशिवाय नवी निर्मिती करू शकत नाही हे या नाटकामुळे पुन्हा एकदा सिद्ध झाले. क्रौंचपक्ष्यांच्या जोडप्यातल्या एकाचा वध करणारा निषाद पाहून वाल्मीकी महर्षींना पहिला श्लोक स्फुरला असे आपण वाचतो. देवलांना 'शारदे'ची कल्पना सुचली ती अशीच. पन्नास वर्षांपूर्वीच्या त्या काळात अल्पवयी कुमारिकांची प्रौढ अथवा वृद्ध नवरदेवांशी अनेकदा लग्ने होत असत. अशा लग्नात भयंकर निर्घृणपणा आहे किंवा त्या कुमारिकांवर तो घोर अन्याय होत आहे ही जाणीवच त्या काळच्या समाजाला तीव्रतेने नव्हती. पण सांगलीच्या पंचक्रोशीत राहणाऱ्या देवलांच्या डोळ्यांसमोरच जेव्हा अशी एक दुर्दैवी

मुलगी उभी राहिली- साठीच्या घरात गेलेल्या एका संस्थानिकाने बारा-तेरा वर्षांच्या मुलीशी आपले सहावे लग्न ठरविले आणि एका धर्ममार्तंडाने ते तडीला नेण्याच्या कामी त्याला मन:पूर्वक साहाय्य केले- तेव्हा देवलांचे कविमन बेचैन झाले. जिला आपण प्रतिभा मानतो, जिला नव्या नव्या कल्पना स्फुरतात आणि सौंदर्याचा साक्षात्कार होतो असे आपण म्हणतो ती वस्तुत: अत्यंत तरल आणि संवेदनक्षम अशी कविमनाची अवस्था असते. जगातली जी विषमता व्यवहारी मनाला कळत नाही, जी अन्यायाची शल्ये सामान्य माणसाला टाचून अस्वस्थ करीत नाहीत, अष्टौप्रहर शारीरिक जीवन जगणाऱ्या जिवाला जी सूक्ष्म सुखदु:खे जाणवत नाहीत, ती सारी या अवस्थेत कवीच्या आत्म्याला जाणवतात. देवलांचे असेच झाले. आगरकर किंवा हरिभाऊ आपटे यांच्याप्रमाणे सामाजिक सुधारणेचे कंकण बुद्धिपुरस्पर त्यांनी हाती बांधले होते, असे मुळीच नाही. किर्लोस्करांसारख्या गुरूंनी घालून दिलेल्या वळणानेच अनेक वर्षे त्यांचे लेखन चालले होते. पण खऱ्या कलावंतांमध्ये आत्म्याची बधिरता असू शकत नाही. त्या आत्म्याला कुठल्या दु:खाची, अन्यायाची किंवा विषमतेची हाक केव्हा पोहोचेल याचे गणित मांडता येणार नाही. पण ती केव्हा ना केव्हा पोहोचतेच पोहोचते यात शंका नाही. 'शारदा' हा देवलांच्या ठिकाणी असलेला कलावंताच्या व्यथित आत्म्याचा अत्यंत सुंदर असा आविष्कार होता.

केवळ मध्यवर्ती कथासूत्राच्या दृष्टीने पाहिले तर एक लोभी भिक्षुक, त्याची एक तेरा-चौदा वर्षांची बरी दिसणारी मुलगी व पाण्यासारखा पैसा ओतून भल्याबुऱ्या मार्गांनी ती पटकावू पाहणारा एक म्हातारा श्रीमंत ही या नाटकातील मुख्य पात्रे. त्यांच्या अवतीभोवती इतर पात्रांची मांडणी देवलांनी कशी कुशलतेने केली आहे, या साध्या कथानकाला नाट्यपूर्णता आणण्याकरता प्रत्येक पात्राचा आणि लहानसहान सामाजिक अथवा वैयक्तिक अनुभवांचा उपयोग करण्यात त्यांनी किती चातुर्य प्रकट केले आहे, साध्यासुध्या सामाजिक नाट्यकथेच्या संवादांत वाङ्मयगुण, नाट्यगुण व स्वाभाविकता यांचे सुरस संमिश्रण त्यांनी कसे साधले आहे आणि रसोत्कर्षाचे सारे प्रसंग त्यांनी किती नाजूकपणाने हाताळले आहेत हे आजसुद्धा अभ्यासण्याजोगे आहे. इतके असून 'शारदे'चे सारे वातावरण अस्सल देशी आहे. कुठल्याही श्रेष्ठ परदेशी नाट्यकृतीचा कित्ता तिच्यापुढे नाही. अलौकिक किंवा अद्भुतरम्य कथांतच काव्य आणि नाट्य यांना पोषक असे साहित्य असते हा सिद्धांत त्यांनी आपल्या या एका नाटकाने खोडून टाकला. मराठी नाट्यकला समाजाभिमुख करण्याचे आणि ललितकृती लोकरंजनाबरोबर लोकशिक्षणाचेही कार्य साधू शकते हे सिद्ध करण्याचे श्रेय 'शारदे'इतकेच दुसऱ्या कुठल्याही मराठी नाटकाला देता येणार नाही. म्हणूनच या नाटकाला १८९९ साली लिहिलेल्या

प्रस्तावनेत मराठी कादंबरीकारांचे अग्रणी हरिभाऊ आपटे यांनी खालील उद्‌गार काढले आहेत, 'ज्यांचा विषय लौकिक नाही अशा शाकुंतलवादी नाटकाप्रमाणे शृंगारवीरादी नवरसाचे अत्यंत उदात्त स्वरूप किंवा अद्‌भुत प्रसंगांनी खचल्याकारणाने वाचकांची जिज्ञासा सदैव जागृत ठेवणारे प्रवेश या नाटकात नाहीत ही गोष्ट खरी; परंतु सौंदर्याची परिसीमा उदात्तपणात मात्र होते आणि सौम्यपणात होत नाही. उदात्त रूप तेवढेच, मात्र रमणीयतेचे स्वरूप आणि सौम्य रूप ते रमणीयतेचे स्वरूप नव्हे असे कोण म्हणेल? अघोरघंटाच्या हातून मालतीस किंवा केशी दानवाच्या हातून उर्वशीस सोडविणाऱ्या माधवाचे व पुरुरव्याचे साहस एका दृष्टीने वीररसमय, तर अन्य दृष्टीने पाहता निष्ठुर व मांगहृदयी बापाने विक्रय करून प्रेताशी आजन्म जखडून टाकण्याच्या बेतात आणलेल्या शारदेला ऐन प्रसंगी सोडविणाऱ्या कोदंडाचेही साहस आमच्या तोंडून शाबास म्हणवून घेतल्याखेरीज राहाते काय? सर्वथा ज्याचा तिला द्वेष, अशा दुर्योधनाशी आता आपला विवाह होणार म्हणून विव्हल होऊन आपल्याशीच आक्रोश करणाऱ्या सुभद्रेचा करुणमय शोक जर कंठ दाटून आणतो तर ज्याची आपण नात शोभू अशा व बहात्तर रोगांनी ग्रासल्याकारणाने एक पाय घरात आणि दुसरा स्मशानात पडलेल्या भुजंगनाथाशी लग्न होऊन आपल्या जन्माचे मातेरे होणार असे वाटून फोडलेली शारदेची हृदयभेदक किंकाळी डोळ्यांतून घळघळा पाणी आणण्यास सोडील काय?'

'शारदेचा विषय फार जुना झाला. तेरा-चौदा वर्षांच्या पोरी म्हाताऱ्यांच्या गळ्यात बांधल्या जातात म्हणून आता कोण दुःख करीत बसणार? मुलींच्याबाबतीत सध्याच्या समाजापुढे जो प्रश्न दत्त म्हणून उभा आहे तो निराळाच. पंचवीस-तीस वर्षांच्या प्रौढ कुमारिकांची लग्ने कशी होतील या चिंतेचे विंचू आज आईबापांना बेचैन करून सोडीत आहेत.' अशा प्रकारची टीका शारदेवर अनेकदा करण्यात येते. त्या टीकेत तथ्य असे फार थोडे आहे. ललितकृतीच्या विषयातील तत्कालीन सामाजिकतेवर तिचे आवाहन अवलंबून असते. या चुकीच्या विचारसरणीच्या पोटी असल्या टीकेचा जन्म होत असतो. ज्या लेखकाच्या व्यक्तित्वात कलावंतापेक्षा प्रचारकाचा भाग अधिक आहे, त्याच्या कृतींना ही टीका थोडी-फार लागू पडेल. पण एका सामाजिक दुःखाच्या दर्शनाने विव्हल झाल्यामुळे देवलांना 'शारदा' लिहिण्याची स्फूर्ती झाली हे खरे असले तरी ही नाट्यकृती निर्माण करताना त्यांच्यातला कलाकार सदैव जागृत होता यातच त्यांचे मोठेपण आहे. 'गुडघ्याला बाशिंग बांधणारा म्हातारा' (पृ. १९-२७) हा वेचा वाचला म्हणजे हास्य व कारुण्य यांचे मिश्रण करण्याच्या देवलांच्या हातोटीचे कौतुक वाटल्याखेरीज राहत नाही. तत्कालिकाला चिरंतनाचे स्वरूप देण्याचे सामर्थ्य ज्यांच्या प्रतिभेत असते, तेच असले प्रसंग कल्पू शकतात, त्यातल्या शब्दाशब्दांतून सौंदर्य फुलवितात.

'शारदे'चा विषय शिळा झाला असे म्हणणाऱ्यांना जाता जाता एक प्रश्न विचारावासा वाटतो. केवळ याच बाह्य दृष्टीने पाहिले तर 'शाकुंतला'चा विषयही आता जुना- एका दृष्टीने अगदी बुरसटलेला- वाटतो असे म्हणावे लागेल. ते शांत तपोवन, त्यातली ती मुग्ध कुमारिका. तिला आपल्या प्रणयपाशात गुंतविणारा तो राजा आणि त्याला आपल्या प्रिय माणसाची विस्मृती पडावी, असा शाप देणारा तो तापट ऋषी, या साऱ्या गोष्टी आता पुराणकालात जमा झाल्या आहेत. असे असूनही आपण शाकुंतल पूर्वीच्याच आवडीने वाचतो. या सुंदर, काव्यपूर्ण नाटकाचा आत्मा चिरंतन आहे हे प्रत्येकाला चटकन पटते. यौवनाला धुंद करून सोडणारी प्रणयाची मोहिनी, तिच्यातून निर्माण होणारी नाजूक सुखदु:खे आणि ती भोगल्यावर एका उदात्त मन:स्थितीत होणारे प्रौढ प्रेमिकांच्या मनांचे पुनर्मीलन हा 'शाकुंतला'चा आत्मा कधीतरी शिळा होईल काय? या चिरंतन अनुभूतीची प्रत्येक छटा कालिदासाने आपल्या कल्पकतेच्या सौंदर्याने इतकी सजविली आहे की, अनेक शतकांचे आणि भिन्न संस्कृतींचे अंतर ओलांडून गटेसारख्या युरोपियन महाकवीला 'शाकुंतला'ने मंत्रमुग्ध करून सोडले. 'शारदे'तही - कमी प्रमाणात का होईना- हे सामर्थ्य नि:संशय आहे. आंधळ्या लोभाच्या, कामुक श्रीमंतीच्या आणि अन्यायमूलक रूढीच्या क्रूर पावलांखाली या नाही त्या रूपाने चिरडल्या जाणाऱ्या स्त्री-जीवनाचे 'शारदा' सदैव प्रतिनिधित्व करील. ज्यांना वाचा नाही अशा समाजातील गरीब गाईची कहाणी ती रसाळ मुकेपणाने मराठी मनाला सदैव सांगत राहील.

देवलांची 'शारदा' मराठी रंगभूमीला हे नवे वळण लावीत असतानाच तिच्यावर दोन प्रतिभावान नाटककारांचा उदय झाला. श्रीपाद कृष्ण कोल्हटकर व कृष्णाजी प्रभाकर खाडिलकर हे ते दोघे नाटककार होत. 'झुंझारराव' व 'संशयकल्लोळ' लिहिताना देवलांनी इंग्रजी नाटकांचा आश्रय केला असला तरी त्यांच्या प्रतिभेला पाश्चात्त्य नाट्यवाङ्मयापासून स्फूर्ती कधीच मिळाली नाही. 'शारदे'वरूनसुद्धा हे स्पष्ट होते. ही नाट्यकथा शोकांत व्हायला काहीच हरकत नव्हती. किंबहुना तीच तिची प्रकृती होती. पण सौम्य व्यक्तित्वामुळे असो, भारतीय नाट्यशास्त्राच्या नियमांचे उल्लंघन करणे अवघड वाटल्यामुळे असो अथवा शोकांत नाटक आपल्या प्रेक्षकांना आवडणार नाही या कल्पनेमुळे असो, देवलांनी 'शारदे'चा शेवट गोड केला. या नाटकाचा शेवटचा अंक इतर अंकांच्या मानाने शिथिल वाटतो याचे कारण हेच आहे.

'सवाई माधवराव यांचा मृत्यू' हे ऐतिहासिक शोकांत नाटक लिहून नाट्यक्षेत्रात पदार्पण करणाऱ्या खाडिलकरांनी मात्र सुखान्तिकेची ही परंपरागत मोहिनी झुगारून दिली. कॉलेजात शेक्सपिअरच्या नाट्यपूर्ण शोकान्तिकांनी त्यांचे मन अंकित केले

होते. शिवाय देवल किंवा कोल्हटकर यांच्याप्रमाणे खाडिलकर सौम्य प्रकृतीचे कवी नव्हते. त्यांच्या व्यक्तित्वात उग्रता व तिच्या अनुषंगाने येणारी उत्कटता आणि उदात्तता यांचे मोठे परिणामकारक मिश्रण झाले होते. शिक्षण संपल्यावर चारचौघांसारखा चरितार्थाचा एखादा व्यवसाय पत्करून ते नाट्यसेवा करीत राहिले नाहीत. लोकमान्य टिळकांच्या पावलावर पाऊल टाकून त्यांनी राजकीय उलाढालीत उडी घेतली, परक्या सरकारचा रोष सोसला, संपादक या नात्याने लोकजागृती केली, आपली लेखणी आणि वाणीच नव्हे तर प्रत्यक्ष जीवनही त्यांनी स्वातंत्र्याच्या तत्कालीन चळवळीला वाहिले. साहजिकच उत्कट देशभक्ती हा त्यांच्या वृत्तीचा स्थायीभाव झाला. 'कांचनगडच्या मोहने'सारखे गुलामगिरीचा धिक्कार करणारे आणि मातृभूमीकरिता सर्वस्वाचा त्याग करण्याचा संदेश देणारे ऐतिहासिक नाटक घ्या. कर्झनसारख्या उद्दाम व्हाइसरॉयच्या हातून आपल्या मातृभूमीची होणारी विटंबना रूपकात्मक रीतीने दिग्दर्शित करणारे 'कीचकवध' हे पौराणिक नाटक पाहा अथवा सुरतेच्या काँग्रेसमध्ये (१९०८) लोकपक्षात जहाल-मवाळ अशी दुफळी पडून राष्ट्रसभेची जी अपरिमित हानी झाली तिचा भयंकरपणा रंगवणारी 'भाऊबंदकी'सारखी ऐतिहासिक कलाकृती वाचा, या सर्वांच्या मागे एक तत्त्वनिष्ठ आणि देशभक्त कविमन आहे हे तत्काळ लक्षात येते.

तत्त्वनिष्ठ कविमन हे शब्द मी मुद्दामच वापरले आहेत. खाडिलकर केवळ एक तेजस्वी देशभक्त असते तर त्यांच्या नाटकांचा थाट प्रचारकी स्वरूपाचा झाला असता. तत्कालीन परिस्थितीत चमकून इतर शेकडो नाटकांप्रमाणे ती स्मृतिशेष झाली असती. पण 'भाऊबंदकी', 'विद्याहरण', 'मानापमान' इत्यादी त्यांची नाटके प्रेक्षकांना अद्यापि पुलकित करू शकतात याचे कारण एकच आहे. खाडिलकर जेवढे मोठे देशभक्त तेवढेच मोठे कलावंत होते. देवल सोडून दिले तर निरनिराळ्या नाट्यगुणांचा एखाद्या कुशल सेनापतीप्रमाणे उपयोग करणारा खाडिलकरांच्या तोडीचा दुसरा नाटककार मराठीत झालेला नाही. 'कीचकवध', 'विद्याहरण', 'भाऊबंदकी' वगैरे त्यांची नाटके म्हणजे नाट्यतंत्राच्या अभ्यासकांना सुदैवाने लाभलेले सुंदर वस्तुपाठच आहेत. मर्यादित आणि ठसठशीत पात्रे, त्यांच्या संघर्षातून निर्माण होणारे निवडक नाट्यपूर्ण प्रसंग, त्या विविध प्रसंगांची रंगत साधणारे तेजस्वी संवाद, या सर्वांच्या समुच्चयातून सूचित होणारा जीवनविषयक दृष्टिकोन, तत्त्वज्ञान, शृंगार, वीर व करुण रसांच्या मोहक छटांपासून उत्कट आविष्कारापर्यंत प्रत्येक गोष्टीचे कुशल कुंचल्याने होणारे चित्रण अशा अनेक विशेषांनी खाडिलकरांची नाटके नटलेली आहेत. मराठीत खरीखुरी शोकान्तिका त्यांनीच रूढ केली. शेक्सपिअरच्या नाट्यतंत्राचा वापर आणि त्याच्या अभिजात नाट्यगुणांचा आविष्कार आपल्या रंगभूमीवर त्यांच्याच नाटकांतून प्रथम झाला.

इब्सेनसारख्या आधुनिक पाश्चात्त्य नाटककाराचा परिचय नसतानासुद्धा त्यांनी नाट्यवस्तूच्या हाताळणीत जो संयम आणि जी एकाग्रता व्यक्त केली आहे, ती नेहमीच नव्या नाटककारांना मार्गदर्शक होत राहील.

या पुस्तकात घेतलेला 'हे पोट फेकून दिले' (पृ. ३९-४७) हा वेचा खाडिलकरांचे तेजस्वी तत्त्वज्ञान आणि त्याची नाट्यपूर्ण व हृदयस्पर्शी मांडणी करण्याची त्यांची पद्धत यांचा एक चांगला नमुना आहे. १९०८ साली लोकमान्य टिळकांना सहा वर्षे हद्दपारीची शिक्षा झाली. त्यांनी ती हसतमुखाने स्वीकारली. या शिक्षेच्या काळात 'गीतारहस्या'सारखा ग्रंथ त्यांनी लिहिला. टिळकांच्या हद्दपारीमुळे हताश आणि दुर्बल झालेल्या महाराष्ट्रापुढे ध्येयनिष्ठ आणि करारी जीवनाचा हा आदर्श मांडण्याकरता खाडिलकरांनी 'हरिश्चंद्रा'ची पौराणिक कथा पसंत केली. आपले उग्र व तेजस्वी तत्त्वज्ञान साध्यासुध्या सामाजिक कथानकातून व्यक्त होणार नाही या कल्पनेमुळे असो अथवा शेक्सपिअरच्या पद्धतीने भव्य आणि भीषण नाट्य पेलण्याची शक्ती सामाजिक कथांपेक्षा पौराणिक व ऐतिहासिक कथांतच आहे या श्रद्धेमुळे असो, त्यांनी नाट्यलेखनात सदैव याच पद्धतीचा अवलंब केला. त्यांच्या कथानकाची चौकट जुनी असली तरी तिच्यातली स्वभावचित्रे नावीन्यपूर्ण असतात, ती विविध रंगांनी रंगतात, सहजतेने भूतकाळातून वर्तमानकाळात उतरतात, मनातल्या आणि जीवनातल्या डोंगरदऱ्यांवर प्रखर प्रकाश टाकतात आणि एखाद्या महापुराच्या प्रवाहाप्रमाणे प्रेक्षकाला आपल्याबरोबर वेगाने वाहून नेतात. जीवनाच्या रम्य, भव्य, उग्र व भीषण आविष्काराने चित्तशुद्धी करणे आणि दैनंदिन शारीरिक जीवनाच्या पातळीवरून माणसाला वर नेऊन घटकाभर आत्मिक पातळीवर स्थिर करणे हे कार्य खाडिलकरांइतके प्रभावी रीतीने मराठी रंगभूमीवर कुणीच केलेले नाही.

❖

खाडिलकरांनी शेक्सपिअरची शोकान्तिका अगदी स्वतंत्र रीतीने मराठी रंगभूमीवर जशी रूढ केली तशी त्याची सुखान्तिका श्रीपाद कृष्ण कोल्हटकरांच्या नाटकांतून अवतरली. कोल्हटकर हे मराठीतल्या विनोदी लेखनाचे पहिले प्रमुख प्रवर्तक. त्यांच्या व्यक्तिमत्त्वात विनोददृष्टी, कल्पकता व सौंदर्यपूजा यांचा मोठा सुरेख संगम झाला होता. साहजिकच नाट्यलेखनात ते सुखान्तिकांकडे वळले. मोलिअरप्रभृति श्रेष्ठ पाश्चात्त्य विनोदी नाटककारांशी त्यांचा परिचय नव्हता असे नाही. पण त्या पद्धतीचा पुरस्कार करून शुद्ध विनोदी नाटके लिहिण्याची इच्छा त्यांना झाली नाही. याला काही अंशाने तो काळच कारणीभूत असावा. कोल्हटकर उदयाला आले तेव्हा मराठीतले विनोदी लेखक आणि मराठी नाटकांतला विनोद ही दोन्ही अविकसित अवस्थेत होती. अशा स्थितीत नव्या विनोदाचा पुरस्कार करायचा, तो

प्रेक्षकांना आवडेल अशा नाट्यकथेच्या अनुषंगाने करणेच श्रेयस्कर होते. पौराणिक व ऐतिहासिक पात्रांनी गजबजून गेलेल्या तत्कालीन रंगभूमीवर त्याच तोलामोलाची पात्रे रंगवायची तर कल्पित राजाराण्यांच्या कथा हाताळणेच सर्व दृष्टींनी सोयीस्कर होते. अशा प्रकारच्या कथा शेक्सपिअरच्या नाट्यसृष्टीत विपुल होत्या. या कथांतून कोल्हटकरांच्या कल्पनारम्यतेला व सौंदर्यपूजेलाही भरपूर अवसर मिळण्यासारखा होता. ते स्वभावत:च समाजसुधारक असले तरी त्यांच्या व्यक्तित्वात सौम्यतेचा भाग अधिक होता. त्यामुळे सामाजिक प्रश्न हाताळण्याची इच्छा असूनही त्यांनी आपली पहिली तीन नाटके लिहिली, ती प्राचीन काळातल्या कल्पित राजेराण्यांच्या आयुष्यांतील घडमोडींवर. या तीन नाटकांत 'मूकनायक' अतिशय सरस आहे. 'बहिरा प्रतिनायक' (पृष्ठ २८-३८) हा वेचा त्यातून घेतला आहे.

शब्दनिष्ठ, कल्पनानिष्ठ, प्रसंगनिष्ठ व स्वभावनिष्ठ असा विविध विनोद मराठी रंगभूमीवर १९१०-१९४० या काळात गडकरी, वरेरकर, शं. प. जोशी, माधवराव जोशी व अत्रे या पाच नाटककारांच्या नाटकांतून फुलत गेला. या विनोदाचा प्रारंभ व १९००-१९१० या दशकातली त्याची वाढ याचे सर्व श्रेय कोल्हटकरांच्या 'वीरतनय', 'मूकनायक', 'गुप्तमंजूष', 'मतिविकार' व 'प्रेमशोधन' या नाटकांना दिले पाहिजे. नर्मविनोदाने नटलेली आणि मार्मिक अथवा मजेदार उत्तर-प्रत्युत्तरांनी रंगलेली चतुर संभाषणाची पद्धती संस्कृतमधल्या 'मृच्छकटिका'सारख्या नाटकात किंवा शेरिडन, ऑस्कर वाइल्ड प्रभृति इंग्रजी नाटककारांच्या लेखनात आढळत असे. पण ती तितक्याच भरघोसपणाने मराठीत आणली कोल्हटकरांनीच. कथानक कल्पनारम्य असो वा सामाजिक असो, ते स्वतंत्र असले पाहिजे अशी दक्षता त्यांनी पहिल्यापासून मोठ्या कटाक्षाने घेतली. त्यांच्या नाट्यसंगीतात देवलांचा प्रसाद नसला तरी त्यांची पदे अनेक काव्यगुणांनी युक्त आहेत.

किंबहुना मराठी रंगभूमीला काव्य व विनोद यांची अगदी नव्या पद्धतीने जोड करून देणे हेच त्यांच्या प्रतिभेचे कार्य होते. १९००-१९१० या दशकात 'कांचनगडची मोहना', 'कीचकवध', 'भाऊबंदकी' वगैरे तेजस्वी व नाट्यगुणांनी परिपूर्ण अशी खाडिलकरांची नाटके गद्य रंगभूमीवर गाजत असताना संगीत रंगभूमीवरले कोल्हटकरांचे प्रभुत्व अबाधित राहिले याचे कारण त्यांची ही वैशिष्ट्येच होत. नाट्यगुणांत त्यांना सहज मागे टाकणाऱ्या खाडिलकरांनासुद्धा त्यांच्या काही विशेषांचे थोडे-फार अनुकरण करावे लागले, हे 'मानापमाना'सारख्या नाटकावरून दिसून येईल. ज्या नाट्यलेखनाने समकालीन प्रतिभावंतांवरसुद्धा मोहिनी टाकली, त्याचा पुढल्या पिढीतल्या तरुण लेखकांवर विलक्षण प्रभाव पडावा यात नवल कसले?

❖

गडकरी-वरेरकर हे कोल्हटकर-खाडिलकरांनंतरचे लोकप्रिय नाटककार. हे दोघेही कोल्हटकरांनाच आपले गुरू मानतात. तसे पाहिले तर गडकऱ्यांनी आपल्या नाटकात कोल्हटकरांचे वाङ्मयगुण आणि खाडिलकरांचे नाट्यगुण यांचा समन्वय करण्याचा प्रयत्न केला आहे. कोल्हटकरांच्या संवादातले, विनोदातले आणि कल्पनाचमत्कृतीतले बुद्धिचापल्य प्रेक्षकांना गुदगुल्या करते, पण ते त्यांची हृदये हलवू शकत नाही. प्रेक्षकांना धुंद करून सोडणारा रस त्यांच्या नाटकात सहसा निर्माण होत नाही याची जाणीव गडकऱ्यांना पहिले नाटक लिहिण्यापूर्वीच झाली असावी. म्हणून भावनेला आवाहन करण्याकरिता त्यांनी खाडिलकरांच्या पद्धतीचा आश्रय केला. त्यांच्या नाटकात जिथे जिथे या दोन प्रवाहांचा कलात्मक संगम झाला आहे, तिथे तिथे मराठी नाट्यकलेने उत्कर्षाचे एक नवे शिखर गाठले आहे असे दिसून येईल. 'एकच प्याला'तील सुधाकराच्या पश्चात्तापाचा प्रवेश किंवा 'भावबंधना'तला चिडून सूड घ्यायला प्रवृत्त झालेल्या घनश्यामाचे पाय फटकळ लतिकेला धरावे लागतात तो प्रवेश या दृष्टीने पाहण्याजोगा आहे. गडकऱ्यांची नाटके मुख्यत: सामाजिक असली तरी त्यांनी 'राजसंन्यास' हे जे एकुलते एक ऐतिहासिक नाटक लिहायला घेतले होते त्यात कल्पना व भावना यांना एकाच वेळी अतिशय उत्कटतेने आवाहन करण्याची ही प्रवृत्ती पावलोपावली दिसून येते. 'भोळा भाव, सिद्धीस जाव' (पृष्ठ ४८-५८) हा वेचा या नाटकातूनच घेतला आहे.

गडकरी हा मराठी नाटककारांतला सर्वांत तेजस्वी तारा होय. उदय होतो, न होतो तोच या ताऱ्याचा अस्त झाला. वयाच्या चौतिसाव्या वर्षी गडकऱ्यांना मृत्यूने गाठले हे मराठी रंगभूमीचे मोठे दुर्दैव होय. त्यांचा सारा नाट्यसंसार सात-आठ वर्षांतच संपला. या काळात चार पूर्ण व एक अपूर्ण अशी नाटके त्यांनी लिहिली. या साऱ्या नाटकांनी लोकांना काही काळ अगदी वेडे करून सोडले. किंचित कृत्रिम वाटणारा, पण डोळे दिपवून सोडणारा भाषेचा शृंगार, पदोपदी उघडणारे कोट्यांचे फटाके आणि कल्पनांची कारंजी, विनोदी आणि गंभीर अशा नाना प्रकारच्या स्वभावरेखा, सदैव सुगंध देण्याचे सामर्थ्य असणारी सुभाषितवजा सुंदर वाक्ये आणि हास्य व करुण या दोन रसांचा अखंड पडणारा पाऊस या सर्वांमुळे त्यांची नाटके केवळ पाहतानाच नव्हे, तर वाचतानाही रसिकाला धुंद करून सोडतात. उत्कृष्ट नाट्यदृष्टीला आवश्यक असलेला संयम देवल-खाडिलकरांप्रमाणे त्यांच्या ठिकाणी नाही. त्यांच्या नाट्यकथात पात्रे व प्रसंग यांची गुंतागुंत जरुरीपेक्षा अधिक होते व ती काही वेळा रसभंग करते. कथावस्तू, तिचा विकास आणि तिची मांडणी, इत्यादी नाट्यांगांत त्यांच्यावर शेवटपर्यंत कोल्हटकरांची दाट छाया राहिली. त्यामुळे असे होणे अपरिहार्य होते. पण कोल्हटकरांना सहसा न साधणारा रसपरिपोष गडकऱ्यांच्या नाटकांत विपुल प्रमाणात आढळतो. खाडिलकरांपेक्षासुद्धा त्यांची

नाटके अधिक लोकप्रिय झाली याचे कारण त्यांची रसपरिपोषाची विशिष्ट पद्धतीच होय. खाडिलकरांच्या अनेक उत्कट प्रसंगांचा आत्मा केवळ नाट्य हा आहे. उलट गडकऱ्यांच्या अशा प्रसंगांचा आत्मा नाट्यपूर्ण काव्य हा आहे. जिला आपण कविप्रतिभेचा प्रफुल्लित आविष्कार म्हणू शकू तो मराठी रंगभूमीवर गडकऱ्यांच्या नाटकांतूनच प्रकट झाला. त्याने प्रेक्षकांचे केवळ डोळेच दिपविले नाहीत तर त्यांची अंत:करणे फुलविली आणि उजळविली. खाडिलकरांच्या रसोत्कर्षात रणरणणाऱ्या उन्हाचा प्रकाश आहे. गडकऱ्यांच्या रसपरिपोषात धुंद आकाशात पाठशिवणीचा खेळ खेळणाऱ्या विजांची दीप्ती आहे. खाडिलकरांच्या उत्कट नाट्यावर त्यांच्या तात्त्विकतेची छाया कळत नकळत पसरते. त्यामुळे सर्वसामान्य माणसाच्या दृष्टीने त्याची आकर्षकता कमी होते. 'भाऊबंदकी', 'कीचकवध', 'विद्याहरण' वगैरे त्यांच्या रसरशीत नाट्यकृतींतही हे वैगुण्य स्पष्टपणे जाणवते. तेच पुढे वाढत गेले आणि त्यामुळे खाडिलकरांची शेवटची चार-पाच नाटके पूर्वीच्या मानाने नीरस व निर्जीव झाली.

काव्यात्म वृत्तीमुळे गडकरी आपल्या नाट्यात किती रंग भरू शकतात हे पाहायचे असले तर 'एकच प्याला'तला दळणाऱ्या सिंधूचा प्रवेश किंवा 'भावबंधना'तला धुंडिराज मालतीला म्हाताऱ्या धनेश्वराशी लग्न करायला सांगतो तो प्रवेश अवश्य पाहावा. इतके कल्पक आणि हळुवार कविमन लाभले असूनही गडकऱ्यांची विनोददृष्टी सदैव सतेज असे, ही मोठी नवलाची गोष्ट होती. काव्य व विनोद या गडकऱ्यांच्या दोन्ही शक्ती त्यांच्या गुरूंच्या प्रतिभेतही होत्या. पण कोल्हटकरांच्या काव्यशक्तीत कल्पनाचमत्कृतीचा (Fantasy) आणि विनोदात बौद्धिक सूक्ष्मतेचा भाग अधिक होता. त्यामुळे त्यांच्या शक्तीचे आवाहन सुशिक्षित वर्गापुरतेच मर्यादित राहिले. गडकऱ्यांची प्रतिभा दुहेरी- जितकी अभिजात, तितकीच लौकिक होती. त्यांची नाटके ज्या काळात रंगभूमीवर आली (१९१० ते १९२०), तो मराठी नाट्यसृष्टीचा सर्वांत वैभवशाली असा खंड होय.

❖

वरेरकर वयाने गडकऱ्यांपेक्षा दोन वर्षांनी मोठे. १९२० पूर्वीच 'कुंजविहारी' आणि 'हाच मुलाचा बाप' या त्यांच्या नाटकांनी रंगभूमी गाजविली होती. पण त्यांचे नाट्यलेखन त्या काळापासून आतापर्यंत अखंड सुरू राहिले आहे. जवळजवळ चार वर्षे नाट्यलेखन करीत राहिल्यामुळे रंगभूमीची त्यांच्याइतकी विविध आणि विपुल सेवा अभिजात नाटककारांत कुणाच्या हातून घडली नाही. ते मराठी नाट्यसृष्टीचे शेलारमामा आहेत असे मी अनेकदा म्हणतो याचे कारण हेच आहे. कलावंताइतकाच त्यांच्यातला प्रचारक व समाजसुधारक जागरूक आहे. त्यामुळे सामाजिक नाटके

लिहिण्याकडे त्यांचा अधिक ओढा आहे. तथापि, त्यांच्या नाट्यसंसाराची सुरुवात 'कुंजविहारी' या राधाकृष्णावरल्या पौराणिक नाटकाने झाली. एवढेच नव्हे, तर 'प्रभू रामचंद्राचे अग्निदिव्य' हा वेचा ज्याच्यातून घेतला आहे ते 'भूमिकन्या सीता' हे सीता-रामांच्या आयुष्यावरले नाटक त्यांनी अगदी अलीकडे लिहिले आहे. 'करीन ती पूर्व' या त्यांच्या ऐतिहासिक नाटकानेही मधे काही काळ रंगभूमी गाजविली होती.

कोल्हटकरांची कल्पकता व विनोददृष्टी आणि खाडिलकरांची तात्त्विकता व काव्यदृष्टी यांची मैफल जिथे रंगली तिथे त्यांच्या पाठोपाठ गायला बसणे आणि आपले गाणे रंगविणे ही गोष्ट काही सामान्य नव्हती. पण वरेरकरांनी विशिष्ट गुणांच्या बळावर याबाबतीत यश मिळविले. कोल्हटकर, गडकऱ्यांनी सामाजिक नाटके मोठ्या आवडीने लिहिली असली तरी गुरूच्या कृतीतली कल्पनारम्यता आणि शिष्याच्या नाटकांतली भावनारम्यता यांच्या प्रवाहात त्यातील सामाजिक आशय प्रेक्षकांना स्पष्टपणे क्वचितच प्रतीत झाला असेल. वरेरकरांची नाटके त्या मानाने अधिक सामाजिक आहेत. 'हाच मुलाचा बाप', 'संन्याशाचा संसार', 'सत्तेचे गुलाम', 'सोन्याचा कळस', 'सारस्वत' आणि 'जिवाशिवाची भेट' एवढी सहा नाटके वाचली तरी हुंड्यापासून धर्मान्तरापर्यंतचे विषय आणि गिरणीतल्या मजुरापासून साहित्य संमेलनाचा अध्यक्ष होणाऱ्या, पण टांग्याच्या भाड्याला महाग असलेल्या प्रामाणिक कलावंतापर्यंतची निरनिराळ्या थरांतली पात्रे त्यांनी कुशलतेने हाताळली आहेत असे दिसून येईल. त्या त्या वेळच्या ज्वलंत सामाजिक प्रश्नांचा समाचार घेण्यात वरेरकरांचा हात कुणीच धरू शकणार नाही. हा समाचार ते मोठ्या खमंग रीतीने घेतात. खास त्यांचे असे एक नाट्यतंत्र असल्यामुळे तत्कालीन विषयात ते हुकमी रंग भरू शकतात. कोल्हटकर-गडकरी मोठे विनोदपंडित खरे, पण आपल्या नाटकांत त्यांनी विनोदाचा परिपोष केला, तो कल्पनारम्य पद्धतीने आणि बहुधा दुय्यम पात्रांच्या द्वारे. वरेरकरांनी एकंदर नाट्यवस्तूची मांडणीच विनोदी पातळीवर करायचे ठरवून, प्रमुख पात्रांनासुद्धा त्या पातळीवर उतरविले. त्यामुळे गंभीर आणि विनोदी प्रवेशांचा जो एक सवतासुभा मराठी नाटकांत निर्माण झाला होता त्याला ते धक्का देऊ शकले. सर्व पात्रांना विनोद पातळीवर नाचवून एखाद्या गंभीर सामाजिक समस्येभोवती कथासूत्र गुंफायला कौशल्य लागते. पण मोलिअरपासून शॉ आणि बॅरीपर्यंतच्या अशा प्रकारच्या नाटककारांशी वरेरकरांचा दृढ परिचय असल्यामुळे त्यांनी या पद्धतीचा यशस्वी रीतीने अवलंब केला. देवलांचे 'संशयकल्लोळ' हे कितीही सरस नाटक असले तरी त्याची जडणघडण प्रहसन-पद्धतीची आहे. गडकऱ्यांप्रमाणेच वरेरकरांचे समकालीन असलेले दुसरे एक नाटककार माधवराव जोशी यांचे 'म्युनिसिपालिटी' नाटक विनोदी म्हणून अतिशय गाजले असले, तरी

त्याची बैठक विडंबनाची आहे. वरेरकरांच्या 'हाच मुलाचा बाप' किंवा 'सत्तेचे गुलाम' या नाटकांचे वैशिष्ट्य हे की, ती केव्हाही केवळ प्रहसने अथवा विडंबने वाटत नाहीत. विनोदप्रधान टीकात्मक सामाजिक नाटके (Comedy of Manners) असे त्यांचे स्वरूप आहे. वरेरकरांची लेखनप्रकृतीच अशा प्रकारची नाटके लिहायला अनुकूल आहे. चुरचुरीत टीका व खुसखुशीत संवाद हे त्यांच्या लेखणीचे दोन प्रमुख विशेष होत.

'सोन्याचा कळस', 'सारस्वत' वगैरे नाटकांत त्यांचे हे गुण अधिक गंभीर आणि परिणामकारक रीतीने प्रकट झाले आहेत. 'भूमिकन्या सीता' हेसुद्धा त्या दृष्टीने मोठे वैशिष्ट्यपूर्ण आहे. वरेरकरांना पहिल्यापासून ज्या सामाजिक प्रश्नांविषयी अतिशय जिव्हाळा वाटत आला आहे, तोच या पौराणिक नाटकाचा केंद्रबिंदू आहे. स्त्रीजातीवर निरनिराळ्या कारणांनी आणि निरनिराळ्या रूपांनी पुरुषजातीकडून होणारा अन्याय हाच तो प्रश्न होय. प्रजेच्या अनुरंजनाकरता रामाने केलेल्या सीतात्यागाच्या पार्श्वभूमीवर नाटककाराने तो किती कल्पकतेने आणि कुशलतेने मांडला आहे हे या पुस्तकातील वेच्यावरून (पृ. ५९-७०) दिसून येईल. वरेरकर वृद्ध झाले असले, तरी त्यांची कला तरुण आहे हे सिद्ध करण्याचे सामर्थ्य या वेच्यात निःसंशय आहे.

किर्लोस्करांपासून वरेरकरांपर्यंतच्या आणि 'सौभद्रा'पासून 'सोन्याचा कळसा'पर्यंतच्या या पन्नास वर्षांच्या कालखंडात (१८८२-१९३२) मराठी नाट्यकलेचा विकास कसा झाला याची ही त्रोटक रूपरेषा आहे. कुठलाही विकास हा एखाद्या महानदीच्या पात्रासारखा असतो. त्या महानदीचे मोठेपण ज्या नद्यांवर अवलंबून असते त्यांचा उल्लेख आपण वारंवार करतो. पण थोडे खोल जाऊन पाहिले तर लहान ओहोळांनी मोठ्या ओढ्यांना मिळावे, त्या ओढ्यांनी लहान लहान नद्यांना मिळावे, त्या नद्यांचे त्यांच्याहून मोठ्या नद्यांशी संगम व्हावेत आणि मग त्या सर्व नद्यांचा मिळून विशाल प्रवाह बनावा असाच सृष्टिक्रम असतो. त्या दृष्टीने पाहिले, तर मराठी नाट्याच्या या विकासाला अनेक लहानमोठ्या नाटककारांचा हातभार लागत आला आहे. अशा नाटककारांच्या अगदी निवडक कृतींचा उल्लेख करायचा झाला, तरी 'तोतयाचे बंड' (न. चिं. केळकर), 'रणदुंदुभि' (वीर वामनराव जोशी), 'बेबंदशाही' (औंधकर), 'शिवसंभव' (खरेशास्त्री), 'खडाष्टक' (शं. प. जोशी), 'म्युनिसिपालिटी' (मा. ना. जोशी), 'तुकाराम' (बा. दौ. राणे), 'सरलादेवी' (भोळे) इत्यादी तीस-चाळीस नाटकांची यादी तयार करावी लागेल.

मात्र १९३० च्या आसपास रंगभूमीला उतरली कळा लागू लागली तेव्हा अशा प्रकारचे पुष्कळ लहान-मोठे नाटककार अस्तित्वात असूनही तिला सावरण्याचा प्रयत्न ते करू शकले नाहीत. या वेळी खाडिलकरांनी अगदी नाट्यसंन्यास घेतला नव्हता. पण त्यांच्या प्रतिभेत पूर्वीचे कौशल्य आणि ओज राहिले नव्हते. मध्यान्हीचा सूर्य मावळतीकडे कललला होता. वरेरकर अधूनमधून 'सोन्याच्या कळसा'सारखे चपखल नाटक लिहीत होते. पण रंगभूमीची घसरगुंडी थांबविण्याच्या कामी त्याचा फारसा उपयोग होणे शक्य नव्हते. नाटक कंपन्यांची संस्थानी व सनातनी वृत्ती, बोलपटासारख्या यांत्रिक व म्हणूनच अनेक पटींनी अधिक मोहक अशा दृश्यकाव्याची स्पर्धा, इब्सेनसारख्या नवे नाट्यतंत्र वापरणाऱ्या आणि नवीन नाट्यविषय हाताळणाऱ्या अनेक पाश्चात्त्य नाटककारांचा परिचय आणि सामाजिक जीवनातल्या विविध स्थित्यंतरांमुळे कला व वाङ्मय यांच्याविषयीच्या बदललेल्या कल्पना या सर्व गोष्टी जुन्या चाकोरीतून जाणाऱ्या आणि जुन्या नाटकांच्या नकला करीत बसणाऱ्या नाट्यसृष्टीला कला व धंदा या दोन्ही दृष्टींनी पोषक नव्हत्या. प्रेक्षकांना नावीन्याची भूक लागली होती. सुशिक्षित वर्गाला शॉ-इब्सेनसारखे काहीतरी पाहायला हवे होते. कोल्हटकर-खाडिलकरांच्या काळातल्या राजकीय आणि सामाजिक कल्पना जुन्या होऊ पाहत होत्या. ज्या मध्यमवर्गातून बहुतेक मराठी नाटककार उदयाला आले तो अनेक अपघातांनी ढासळू लागला होता. त्यांच्यापुढे नवनवे बिकट प्रश्न उभे राहत होते. त्यांची नाट्यपूर्ण रीतीने मांडणी करणे व चित्रपटासारख्या स्वस्त, सुलभ आणि रंजनप्रधान अशा प्रतिस्पर्ध्याशी टक्कर देऊन नाट्यकलेचे अस्तित्व टिकविणे सोपे नव्हते. मराठी रंगभूमीला ते जमले नाही यात नवल नाही. १९३२ पासूनची गेली वीस वर्षे तिच्यावर एक प्रकारचे सावट पसरले आहे. राजसूय यज्ञातली द्रौपदी विराटाच्या नगरीतली सैरंध्री झाली आहे.

पण प्रतिकूल परिस्थितीवर मात करण्याचे प्रयत्न मनुष्य नेहमीच करीत असतो. त्याचे मोठेपण त्यातच आहे. मराठी रंगभूमीही गेले दीड तप ही धडपड करीत आहे. वर्तकांची 'आंधळ्याची शाळा' हे विषय, मांडणी व अभिनय या दृष्टींनी नव्या तऱ्हेचे असलेले नाटक रंगभूमीवर येते न येते तोच 'साष्टांग नमस्कार' हे हास्यरसपरिपूर्ण नाटक घेऊन अत्रे प्रेक्षकांच्या सेवेला सादर झाले. १९३३ नंतरची सात-आठ वर्षे अत्र्यांनी रंगभूमी गाजविली. त्यांची नाटके करणाऱ्या मंडळीत गायनसम्राट अथवा अभिनयसम्राट नव्हते. पण हाताशी असलेला मध्यम नटसंच घेऊन अत्र्यांनी आपली नाटके यशस्वी केली. विडंबन व अतिशयोक्ती यांच्यावर आधारलेल्या प्रसन्न विनोदाचे आवाहन हा त्यांच्या भात्यातला रामबाण होय. 'साष्टांग नमस्कार' व 'लग्नाची बेडी' या नाटकांच्या लोकप्रियतेचे बरेचसे श्रेय त्यांच्या विनोदप्रधान प्रतिभेलाच दिले पाहिजे. मोलिअर, मॉम, कॉवर्ड वगैरे परकीय

विनोदी नाटककारांचा अभ्यास ही नाटके यशस्वी करताना जसा अत्र्यांच्या उपयोगी पडला, तसा इब्सेनसारख्या गंभीर नाटके लिहिणाऱ्या पाश्चात्त्य प्रतिभावंतांचा परिचयही त्यांना प्रेरक झाला. 'घराबाहेर' व 'उद्याचा संसार' ही त्यांची दोन नाटके या दृष्टीने संस्मरणीय आहेत. अत्र्यांची रंगभूमीवरील कारकीर्द काळाच्या दृष्टीने लहान ठरली, पण श्रेष्ठ दर्जाच्या नाटककाराला लागणारे गुण अंगी असलेला साहित्यिक रंगभूमीच्या पडत्या काळातही पराक्रम गाजवू शकतो हे त्यांनी सिद्ध केले. देवल-खाडिलकरांबरोबर त्यांची तुलना करणे आणि त्यांच्या नाट्यलेखनाला हिणकस ठरविणे अन्यायाचे होईल. एकतर ते कोल्हटकर-गडकरी संप्रदायातले आहेत. दुसरे, पूर्वीच्या मोठमोठ्या नाटककारांना असलेली साधनांची व परिस्थितीची अनुकूलता त्यांना नव्हती. अशा स्थितीतही विनोदी नाट्यलेखनाच्या कक्षा त्यांनी वाढविल्या आणि केवळ चतुर संवादांच्या बळावर नाट्य रंगते हे सिद्ध करण्यात यश मिळविले. गंभीर व विनोदी अशी दोन्ही पद्धतींची नाटके दीर्घकाळ लिहिण्याची संधी अत्र्यांना मिळाली असती तर त्यांच्या नाट्यगुणांचा विकास निश्चित झाला असता.

पण रंगभूमीच्या दुर्दैवाने तसे व्हायचे नव्हते. चित्रसृष्टीने केवळ प्रेक्षकांनाच आपल्याकडे ओढून नेले असे नाही. अत्र्यांसारख्या प्रतिभावान लेखकांनाही तिने आपल्या भजनी लावले. असे होणे स्वाभाविकच होते. मूकपटाचे बोलपटात रूपांतर झाल्यावर पहिली पाच वर्षे मिळेल त्या लेखकाकडून कथा-संवाद लिहून घेण्यात आले. पण बोलपट ही यांत्रिक नाट्यकथा असली तरी तिची निर्मिती इतक्या यांत्रिक पद्धतीने करून भागणार नाही, हे लवकरच सुबुद्ध निर्मात्यांच्या लक्षात आले. बंगालमध्ये शरच्चद्रांसारख्या श्रेष्ठ साहित्यिकांच्या कथा-कादंबऱ्या पडद्यावर येऊ लागल्या. रंगभूमी गाजविणारे अत्रे १९३६ साली चित्रपटाकडे वळले, ते नाट्यदृष्टी व वाङ्मयगुण अंगी असलेल्या कथाकारांची मराठी निर्मात्यांना गरज भासू लागल्यामुळेच. १९४३ नंतरच्या दशकात त्यांनी फक्त तीन नाटके लिहिली आहेत. त्यांतल्या त्यात 'कवडी-चुंबक' या मोलिअरच्या आधारे रचलेल्या नाटकातून 'पंपूशेट पैठणकर' (पृ. ७१-७९) हा वेचा घेतला आहे. अत्र्यांची प्रसन्न विनोदशैली त्यात प्रतिबिंबित झाली आहे.

१९४०-१९५० या दशकात नाट्यकलेची उपासना एकनिष्ठेने कुणी केली असेल तर ती मो. ग. रांगणेकरांनी. त्यांनी स्वत:ची नाट्यसंस्था काढून गेल्या तपात तिच्यातर्फे आपली सुमारे दहा व इतरांची पाच-सहा नाटके रंगभूमीवर आणली आहेत. त्यांच्या नाटकांपैकी 'कुलवधू' फार लोकप्रिय झाले. पण नाट्यगुणांच्या दृष्टीने 'आशीर्वाद' व 'वहिनी' ही त्यांची नाटके अधिक सरस आहेत. चित्रपटामुळे रंगभूमी टिकाव काढू शकणार नाही, अशा कल्पनेची सावली पडलेल्या काळात रांगणेकरांना आपले नाट्यलेखन करावे लागले. त्यामुळे त्यांच्या नाटकांत कळत

नकळत चित्रकथांचे गुणदोष शिरले. त्यांच्या नाट्यकथा सुटसुटीत आहेत, पण त्या उत्कट वाटत नाहीत. ते सामाजिक समस्येला स्पर्श करतात, पण तो स्पर्श अतिशय ओझरता असतो. त्यामुळे 'शारदा' किंवा 'एकच प्याला' यातल्या भावनेचा सखोलपणा त्यांच्या नाटकात आढळत नाही. त्यांचे संवाद अनेकदा चुरचुरीत असतात. पण 'मतिविकार', 'हाच मुलाचा बाप', 'भावबंधन' यांच्या संवादांच्या मानाने ते फार फिके वाटतात. चित्रकथेत वाङ्मयगुणांचा विलास अगदी मर्यादित असावा लागतो. कारण तिथे चित्र हे आविष्काराचे मुख्य माध्यम आहे. पण नाटकात माफक वाङ्मयविलास हा नाट्याचा मित्र होण्यापेक्षा शत्रू ठरण्याचाच अधिक संभव असतो.

तथापि, रंगभूमीच्या पडत्या काळात रांगणेकरांनी तिची मोलाची सेवा केली आहे. बदलत्या काळाबरोबर सामाजिक समस्याही बदलत जातात याची तीव्र जाणीव त्यांच्या अनेक नाटकांत आढळते. 'पितृऋण' (पृ. ८०-८७) हा वेचा या दृष्टीने उल्लेखनीय आहे. देवलांच्या शारदेपुढे दत्त म्हणून जो प्रश्न उभा होता तो म्हाताऱ्या नवऱ्याच्या गळ्यात सक्तीने माळ घालण्याचा. पण रांगणेकरांच्या सुमित्रेपुढची समस्या त्यापेक्षा कितीतरी पटींनी अधिक बिकट आहे. ती शारदेसारखी वयाने लहान नाही. चांगली शिकलीसवरलेली आहे. एका सुविद्य, समवयस्क तरुणावर तिचे प्रेम बसले आहे. तिचे वडील फार प्रेमळ आहेत. इतक्या गोष्टी अनुकूल असूनही ती शारदेसारखी गोंधळून गेली आहे. जगातली दु:खे कधी नाहीशी होत नाहीत, ती निरनिराळ्या रूपाने पुन्हा प्रकट होतात ते अशा वेळी खरे वाटू लागते. सुमित्रेला भाऊ नाही. तिच्या वडिलांची नोकरी एकाएकी जाते. कुटुंबाचा भार सांभाळणे हे तिला आपले कर्तव्य वाटते. हे कर्तव्य लग्न करून कसे पार पाडता येणार?

सुमित्रेपुढे पडलेला पेच आपले सामाजिक जीवन किती गुंतागुंतीचे होत चालले आहे हे दर्शवितो. पण सामाजिक जीवनाइतकेच किंबहुना त्यापेक्षाही अधिक महत्त्वाचे जे मानवाचे नैतिक जीवन, ते किती गोंधळत चालले आहे हे 'दूरचे दिवे' या नाटकातील वेच्यात (पृ. ८८-९६) दिसून येईल. शिरवाडकरांनी 'पहिला पेशवा' व 'कौंतेय' अशी स्वतंत्र नाटके लिहिली आहेत. पण त्यांच्या या एकुलत्या एक सामाजिक नाटकाला ऑस्कर वाइल्डचा आधार आहे. कल्पक व तेजस्वी कवी आणि कुशल कादंबरीकार या भूमिकांत शिरवाडकरांनी प्रकट केलेले गुण या नाटकातही आढळतात. चांगली आणि वाईट अशी माणसांची स्थूल विभागणी करण्याचे आणि तिच्या अनुरोधाने स्वभावचित्रे रंगविण्याचे दिवस आता मागे पडले आहेत. नीती-अनीतीच्या सांकेतिक कल्पनांनाही निरनिराळ्या प्रकारचे धक्के मिळत आहेत, त्यांचे नव्या दृष्टीने मूल्यमापन केले पाहिजे असे सर्वांनाच वाटू लागले

आहे. मानव हा मंगल व अमंगल यांचे मोठे विचित्र मिश्रण आहे. त्याच्या सर्व प्रवृत्ती स्वभावत: मंगल असतात असे मानून जीवनाचे कोडे सुटणार नाही. त्यांच्या सर्व अमंगल आविष्कारांचे खापर उठल्यासुटल्या स्वाभाविक प्रवृत्तींवर फोडूनही भागणार नाही. तो जितका वैयक्तिक तितकाच सामाजिक आहे. त्याच्या हातून घडणाऱ्या पापांचे प्रकार अगणित आहेत. ते जितके स्थूल, तितकेच सूक्ष्म आहेत. त्याच्या प्रत्येक पापाला अनेक गोष्टींची गुंतागुंत कारणीभूत होत असते. तो जसा अगतिकपणाने पापाच्या दरीत गडगडत जातो, तसा पुण्याचा पर्वतही तो आत्मविश्वासाने चढू शकतो. अर्थ, काम आणि धर्म या तिन्हींचीही त्याचे जीवन समतोल व सुखी व्हायला सारखीच आवश्यकता आहे. या व अशा प्रकारच्या विविध दृष्टिकोनांतून जे जीवन पाहतील तेच यापुढे प्रभावी नाट्य निर्माण करू शकतील असे 'दूरचे दिवे' वाचल्यावर मनात आल्यावाचून राहत नाही.

या नव्या नाट्याला आजचा काळ अनुकूल असला तरी मराठी रंगभूमीला आलेली अवकळा मात्र अजून कायम आहे. अनेक संस्था व व्यक्ती तिच्या उद्धाराचे प्रयत्न करीत आहेत. तात्त्विक बैठक असलेली आणि जीवनावर प्रकाश टाकू शकणारी 'सोन्याचा देव' (जोग) किंवा 'जुगार' (मुक्ताबाई दीक्षित) अशी नाटके मधूनमधून निर्माण होत आहेत. पण नट, नाटककार आणि नाट्यगृह या नाट्यकलेच्या विकासाला आणि वैभवाला आवश्यक असलेल्या तिन्ही घटकांत एक प्रकारचे दुर्भिक्ष सारखे जाणवत आहे. ही प्रतिकूल परिस्थिती पालटेपर्यंत मराठी रंगभूमीला जुन्या वैभवावरच जगले पाहिजे. त्या वैभवाचे 'रंगदेवतेत'त - अंशत: का होईना- वाचकांना दर्शन घडेल व त्या वैभवाला कारणीभूत झालेल्या निवडक नाट्यकृतींच्या अभ्यासाला ते प्रवृत्त होतील, अशी मला आशा आहे.

३०-५-५३   — वि. स. खांडेकर

अनुक्रम

◆

त्रिदंडी संन्यास

परिचय

किर्लोस्कर हे मराठी रंगभूमीवरील पहिले खरेखुरे प्रतिभावान नाटककार होत. त्यांचे 'सौभद्र' नाटक हा आपल्या नाट्यसृष्टीचा अमोल अलंकार आहे. गेली सत्तर वर्षे हे नाटक लोक पाहत आहेत. पण तीन पिढ्या उलटून गेल्या, तरी त्याची गोडी अजून जशीच्या तशी कायम आहे. या नाटकाच्या चौथ्या अंकातून खालील वेचा घेतला आहे.

महाभारतातल्या सुभद्राहरणाच्या कथाभागावर 'सौभद्र' नाटक आधारलेले आहे. पण त्या मूळच्या कथानकात नाटकाला आवश्यक असे गुण फारसे नाहीत. कालिदासाने शकुंतलेच्या मूळच्या कथेत नाट्यदृष्टीने जसे बदल केले तसे किर्लोस्करांनीही आपल्या कथेत केले आहेत. सुभद्राहरणाची महाभारतातली गोष्ट अशी आहे : सुभद्रा ही बलराम आणि कृष्ण यांची बहीण. अर्जुनावर कृष्णाचे पहिल्यापासून फार प्रेम असते; परंतु बलरामाचा सारा ओढा असतो, तो आपला शिष्य दुर्योधन याच्याकडे! अशा स्थितीत अर्जुन द्वारकेला आला असताना एका उत्सवात तो सुभद्रेला पाहतो. कृष्णाच्या

संमतीने तो तिचे हरण करतो. सुभद्राहरणाची ही वार्ता कळताच बलराम संतापून त्यांचा पाठलाग करतो. पण कृष्णाच्या मध्यस्थीने या प्रकरणाचा शेवट गोड होतो.

महाभारतातल्या या कथेत पुढे अनेक कवींनी कल्पकतापूर्ण फेरफार केले. त्यातल्या नाट्याला आणि विनोदाला अतिशय पोषक असा बदल किर्लोस्करांनी स्वीकारला व त्याला मध्यबिंदू कल्पून नाट्यकथेची गुंफण केली. बायको मिळविण्याकरिता एखाद्याने संन्यास घ्यायचा ही कल्पनाच किती मनोरंजक व नाट्यपूर्ण आहे! हातून झालेल्या एका नियमभंगाकरिता अर्जुन एक वर्ष तीर्थाटन करीत फिरत होता, या गोष्टीकडे नंतरच्या कवींनी कल्पनारम्य दृष्टीने पाहिले. तीच दृष्टी किर्लोस्करांनी मोठ्या चातुर्याने आपल्या नाटकात फुलविली.

त्यांच्या 'सौभद्रा'चे कथासूत्र असे आहे : सुभद्रेचे अर्जुनावर प्रेम असते. पण बलराम तिला दुर्योधनाला द्यायचे ठरवितो. वरपक्ष लग्नाकरिता हस्तिनापुराहून द्वारकेला येतो. या संकटातून कसे पार पडायचे, या काळजीने सुभद्रा व्याकूळ होते. कृष्णावर तिचा मोठा भरवसा! 'पण दादांच्या हट्टापुढे मी काय करणार?' असे उत्तर देऊन तो स्वस्थ बसलेला तिला दिसतो. सुभद्रा निराश होते. मात्र आपण याबाबतीत काही करू शकत नाही असे कृष्णाने दिला सांगितले असले, तरी हे लग्न होऊ नये याविषयी सर्व दक्षता त्याने आधीच घेतलेली असते. ऐन मुहूर्ताच्या वेळी तो घटोत्कचाकडून तिला जवळच्या अरण्यात नेऊन ठेवण्याची व्यवस्था करतो. वधूच गुप्त झाल्यावर लग्न कुठून होणार? ठरलेला मुहूर्त चातुर्मासापूर्वीचा शेवटचा असल्यामुळे वरपक्षाकडील मंडळी हात हलवीत हस्तिनापूरला परत निघून जातात.

या संधीचा कृष्ण फायदा घेतो. नारदाच्या सांगण्यावरून द्वारकेजवळच्या रैवतक पर्वतावर त्रिदंडी संन्यास घेऊन बसलेला अर्जुन हा कुणीतरी मोठा त्रिकालज्ञ साधू आहे, अशी तो बलरामाची समजूत करून देतो. भोळा बलराम अर्जुनाला अलौकिक सत्पुरुष मानून त्याच्या भजनी लागतो. कृष्ण या रहस्याचा कुणालाही पत्ता लागू देत नाही. दुःखीकष्टी सुभद्रा या यतीची मोठ्या मनोभावाने सेवा करते. आपले मनोरथ त्याच्याच कृपेने सफल होईल, अशी श्रद्धा तिच्या मनामध्ये निर्माण होते. शेवटी एका महापर्वणीच्या

निमित्ताने संन्यासी अर्जुन व त्याच्या सेवेला असलेली सुभद्रा रैवतक पर्वतावर जातात. तिथे संन्याशाचा वेश फेकून देऊन अर्जुन आपले खरे स्वरूप सुभद्रेपुढे प्रकट करतो व तिला घेऊन जातो. आपली फसवणूक झाली हे लक्षात येताच बलराम चिडतो. शेवटी गर्ग गुरूंच्या मदतीने कृष्ण त्याची समजूत घालतो व बलराम सुभद्रेचा हात अर्जुनाच्या हातात देतो.

अगदी साधे आणि सरळ असे हे कथानक आहे. त्यात निकराचे प्रसंग नाहीत, प्रक्षुब्ध भावना नाहीत, अर्जुनाच्या संन्यासाचे रहस्य सोडले, तर दुसरी कुठलीही चमत्कृतिजनक गुंतागुंत नाही. पण शृंगार, हास्य व करुण या तीन रसांचा मोठा सुंदर व समतोल उठाव करून किर्लोस्करांनी या कथानकाला अवीट गोटी आणली. कथेचा आत्मा अर्जुन आणि सुभद्रा यांचे प्रेम हा असल्यामुळे नाटकात शृंगाराचा आविष्कार होणे स्वाभाविक होते. पण तिच्यातला कृष्णाच्या गोड कपटाचा कथाभाग त्या शृंगाराहूनही हास्याला अधिक अवसर देणारा आहे, हे सत्तर वर्षांपूर्वी ओळखणाऱ्या किर्लोस्करांच्या नाट्यशक्तीचे कौतुक वाटल्यावाचून राहत नाही. बलराम आणि कृष्ण यांच्या संवादांतून सर्वत्र नाजूक हास्यरसाचा शिडकाव झाला आहे. या हास्यात श्लेष नाहीत, कोट्या नाहीत, विडंबन नाही, अतिशयोक्ती नाही, चमत्कृतिपूर्ण कल्पना नाहीत, काही नाही. केवळ कृष्णाच्या गोड कपटामुळे आणि खेळकर स्वभावामुळे 'सौभद्रा'तल्या संवादांना सहजासहजी रंग चढतो. ऐन मुहूर्ताच्या वेळी गुप्त झालेली सुभद्रा नंतर काही वेळाने आपल्या महालात बेशुद्ध स्थितीत सापडते. ती शुद्धीवर येताच बलराम व कृष्ण तिच्या समाचाराला येतात. केवळ त्यावेळचा संवाद वाचला, तरी कृष्णाच्या साध्यासुध्या वाक्यांनीसुद्धा नाटकात कशी रंगत निर्माण होते हे दिसून येईल.

'सौभद्रा'तला खालील प्रवेश किर्लोस्करांची कल्पकता व नाट्यदृष्टी यांची चांगली कल्पना आणून देतो. केवळ कथानकाच्या दृष्टीने पाहिले तर हा प्रसंग अत्यंत आवश्यक आहे असे मुळीच नाही. पण संन्यासी झालेल्या अर्जुनाचे सोंग कुणीतरी बाहेर काढण्यात जी नाट्यपूर्णता आहे, तिचा उपयोग करून घेतल्याशिवाय कुठलाही कुशल नाटककार राहिला नसता. किर्लोस्करांनी हे कार्य मोठ्या स्वाभाविकपणे साधले आहे. चातुर्मास संपल्यावर आपले लग्न

दुर्योधनाशी होणार या भीतीने कष्टी झालेली सुभद्रा रक्मिणीला थोडेसे टोचून बोलते. साहजिकच रुक्मिणी याबाबतीत कृष्णाचा पाठपुरावा करते. शेवटी त्याला नाइलाजाने बायकोला आपले रहस्य सांगावे लागते. ते रुक्मिणीला कळल्यावर अर्जुनाची गंमत करण्याकरिता आणि त्याला पुढील सूचना देण्याकरिता ती त्याच्याकडे जाते. बाह्यत: अगदी साधा दिसणारा हा प्रसंग नाटककाराने कसा रसाळ आणि रंजक केला आहे, हे पाहण्याजोगे आहे.

❖

[दासी कुसुमावती व सारंगनयना हातांत फुलांच्या परड्या घेऊन गडबडीने प्रवेश करतात.]

सारंग : सखे कुसुमावती, हे यतिमहाराज आणखी किती दिवस तरी इथे राहणार? तुला सांगते, त्यांची स्वारी आणखी काही दिवस जर इथे राहिली, तर मी काही जिवंत राहत नाही.

कुसुमा : अगं बाई, तुला इतके कंटाळायला काय झाले? सारंगनयने, तुझे हे असले भाषण ताईसाहेबांच्या जर का कानांवर गेले, तर काय परिणाम होईल, हे माझ्याने सांगवत नाही.

सारंग : अगं, दुसऱ्याजवळ मी असे कशाला बोलायला जाऊ? तू माझ्या वडील बहिणीसारखी आहेस, म्हणून तुजपाशी सुखदु:खाच्या गोष्टी बोलायच्या!

कुसुमा : अगं, पण, चांडाळणी, ते यती आणखी कितीही दिवस इथे राहिले, तर त्यात तुझे काय खर्च होते?

सारंग : काय सांगू तुला? अगोदरच ताईसाहेबांचा मजवर राग, त्यात त्या छांदिष्ट यतीची सेवा त्या अगदी एकनिष्ठपणाने करतात. झाले, मग काय विचारायचे! रात्रीची झोप नाही, पोटभर अन्न खाण्यालाही फुरसत नाही. एकसारखा खडा पहारा करून मी अगदी मरगळीस आले आहे.

कुसुमा : अगं, आमचा जन्मच सेवा करण्याचा आहे. मग कंटाळून काय होते? (पडद्याकडे पाहून) हं, या बघ ताईसाहेब आणि धाकट्या वहिनीसाहेब इकडेच येत आहेत. आपली जीभ चांगली आवरून धर.

[तदनंतर रुक्मिणी व सुभद्रा प्रवेश करतात.]

सुभद्रा : (दासीस) अगं, तुम्ही फुले घेऊन इथेच उभ्या आहात ना? धन्य झाली बायांनो तुमची! कुसुमावती, तूही हिच्या संगतीला लागून बिघडत चाललीस बरे!

कुसुमा : (हात जोडून) ताईसाहेब, अजून काही उशीर झाला नाही. यतिमहाराजांचे स्नान होऊन ते ध्यानस्थ बसले आहेत व त्या वेळी तिथे कोणी जाऊ नये, म्हणून आम्हास ताकीद केली आहे. यामुळे आम्ही इथे उभ्या आहोत.

सुभद्रा : बरं, चला, तिकडील सर्व तयारी ठेवा. त्यांची समाधी आटपली, की मला कोणीतरी कळवायला या.

दोघी : आज्ञा. (असे म्हणून निघून जातात.)

रुक्मिणी : (सुभद्रेचा हात धरून) वन्सं, तुम्हाला तर आताशा अगदी फुरसत नाहीशी झाली आहे. पाहा, तुमची गाठ घेण्याला कितीएक दिवस जेव्हा टपून बसले तेव्हा ती आज कुठे पडली! पण घटकाभर मजशी निवांतपणाने बोलायला तुम्हाला वेळ आहे ना?

सुभद्रा : खरेच वहिनी, अष्टौप्रहर मला त्यांजपाशी असावे लागते. मी जर क्षणभर जवळ नसेल, तर लागलीच त्यांची तब्येत बिघडून जाते.

रुक्मिणी : हं! हं! इतके अगदी तुम्हावर भुलून गेले आहेत ना? पण, वन्सं, संभाळा हो!

सुभद्रा : इश्श, हे गं काय जळ्ळे तुझे बोलणे वहिनी! अगं, मजवाचून दुसरे कोणी जवळ असेल तर त्यांच्या मनाप्रमाणे वागत नाही म्हणूनच ते रागावतात. चल, तुला एवढे कुठे सापडले की, लागली टीका करायला! अगं, अशा त्या यतीचादेखील चावटपणा करायला मागे-पुढे पाहत नाहीस ना?

रुक्मिणी : ते असो; मला इतकाच आनंद वाटतो की, ते यती आल्यापासून तुमची प्रकृती बरीच निवळल्यासारखी दिसते. ईश्वर करो आणि त्या यतीपासून का होईना तुमची काळजी दूर होवो म्हणजे झाले.

सुभद्रा : बरे, वहिनी तू मला जे वचन दिले होतेस, त्याचे काय केलेस ते सांग.

रुक्मिणी : हे पाहा वन्सं, आज चार दिवस एकसारखी मी हीच गोष्ट काढते; परंतु सरळ उत्तर नाही. काहीतरी वेडेवाकडे बोलायचे. माझा तर काही उपाय चालत नाही. तेव्हा काय करू मी सांगा?

सुभद्रा : (गहिवरून व खिन्न मुख करून) या अनाथ अबलेचा गळा कापून तुमचे उभयतांचे कल्याण होवो म्हणजे झाले!

रुक्मिणी : वन्सं, असे काय भलभलते बोलता, ते? तुमचे अकल्याण व्हावे, अशी का आमची इच्छा आहे? मी तुम्हाला सांगते, तुम्ही ज्यांची सेवा करता तेच तुमच्या मनातील सर्व हेतू पूर्ण करतील!

सुभद्रा : आता माझे कसे का होईना, तुमची सर्वांची परीक्षा झाली ना? तुला सांगून ठेवते, पडली तर त्या महाराजांची सेवाच माझ्या उपयोगी पडेल.

रुक्मिणी : वन्सं, हेच खरे. तुम्हाला आणखी एक सांगते. ते यती ज्या वेळेस

तुम्हावर प्रसन्न होतील त्यावेळी त्यास असे म्हणावे, की अर्जुनाची भेट तरी करवा, नाहीपेक्षा तुम्हीच माझा स्वीकार करून मला बरोबर तरी घेऊन चला.

सुभद्रा : (रागाने डोळे वटारून) जळल्या त्या जिभेला हाडच नाही, वाटते? अगं, तुला आता वहिनी म्हणायलादेखील मला लाज वाटते. चल जा, समजली अक्कल. इत:पर तुजबरोबर भाषणाचा प्रसंग नको. (जाऊ लागते.)

रुक्मिणी : अहो वन्सं, रागावू नका. माझे बोलणे पुरते ऐकून तरी घ्या.

सुभद्रा : (काहीएक उत्तर न करता निघून जाते.)

रुक्मिणी : (आपल्याशी) यांना माझे बोलणे या वेळी अगदी कडू लागले, पण पुढे तेच गोड लागणार आहे. आता एकदा त्या यतिमहाराजांचे जाऊन दर्शन घेतले पाहिजे. काय, बाई, चमत्कार तरी! पहिल्या दिवशी जेव्हा मी त्याला पाहिले, तेव्हा हा केवढा साधू असेल असे वाटले, पण आतले हे कुणाला ठाऊक? आता त्याला केव्हा पाहीनसे झाले आहे. (पडद्याकडे पाहून) अगं बाई, हे पाहा स्वामीमहाराज येऊन बसले. आता संधी पाहून त्यांची भेट घेतली पाहिजे. (निघून जाते.)

(तदनंतर यतिवेश धारण करणारा अर्जुन प्रवेश करतो.)

अर्जुन : हरि नारायण, नारायण! किती विलक्षण तऱ्हेचा माझ्या प्रारब्धाचा खेळ चालला आहे हा? आतापर्यंत ज्या ज्या गोष्टी घडून आल्या, त्या त्या साऱ्या स्वप्नवत वाटताहेत. (काही वेळ ध्यानस्थ बसून) अरे, माझ्या नेत्रांस उत्साह देणारी ती प्रिय अजून का येत नाही बरे? बरोबर आहे. माझ्या वेशास शोभले पाहिजे, म्हणून मीच नियम करून ठेविला आहे, की माझे प्रात:स्नान झाले, म्हणजे एक प्रहरपर्यंत कोणीही मजजवळ येऊ नये; त्याला अनुसरून ती माझी प्रियतमा येथेच कुठे जवळपास असेल, तर तिला इकडे येण्याची खूण दिली पाहिजे. (मोठ्याने 'नारायण, नारायण' असा शब्द करतो.)

[तदनंतर दासी कुसुमावती धावत येते.]

कुसुमा : (हात जोडून) महाराजांना काय पाहिजे आहे?

अर्जुन : (त्रासून) हूं, दूर उभी राहा. अगं बटकीचे पोरी, किती तुझा उद्धटपणा हा? मी इथे सोवळ्याने बसलो आहे हे तुला दिसत नाही?

[इतक्यात सारंगनयना दासी प्रवेश करते.]

सारंग : (कुसुमावतीस) यांना इतके खवळायला झाले तरी काय?

कुसुमा : (सारंगनयनेजवळ येऊन) अगं, प्रारब्ध माझे! हे बघ, ताईसाहेब जवळ नसल्या म्हणजे हे असेच धडपड करीत असतात.

सारंग : खरे, बाई, तूर्त ही आम्हाला साडेसातीच आहे. नाहीशी होईल, तो सुदिन!

कुसुमा : अगं चांडाळणी, हळू बोल! त्यांच्या कानांवर का गेले, तर ते ताईसाहेबांना सांगायला काही कमी करणार नाहीत.

अर्जुन : ('सुभद्रा काय करीत आहे' अशा संकेताचा हात करून) नारायण, नारायण! (असे म्हणतो)

सारंग : जळ्ळा बाई! सगळाच यांचा नारायण, यात माणसाने समजावे तरी काय?

अर्जुन : (पुन्हा रागाने तसाच हस्तसंकेत करून) नारायण, नारायण! (असे म्हणतो)

कुसुमा : (पुढे येऊन) स्वामिमहाराज, आम्ही मूढ दासी आहोत. अशा खुणांनी आम्हाला काही कळायचे नाही. आपणास जे पाहिजे असेल ते स्पष्टपणे सांगा.

अर्जुन : (रागाने) तुम्ही दोघीही इथून निघून चला. मी काही तुम्हाकडून सेवा करून घेण्यास इथे राहिलो नाही. नारायण, नारायण!

कुसुमा : हं! आता आले ध्यानात, यांना ताईसाहेब जवळ पाहिजे आहेत. (स्वामीस) महाराज, ताईसाहेब आता येतील. पाहिजे तर त्यांनी इकडे लवकर यावे, म्हणून त्यांस सूचना पाठवते.

अर्जुन : (मान हलवून) नारायण, नारायण!

कुसुमा : बाई सारंगनयने, जा लवकर, ताईसाहेबांस घेऊन ये.

सारंग : ठीक आहे. (जाते)

अर्जुन : (आपल्याशी) ती सुंदरी या निरोपासरशी तरी येवो म्हणजे झाले. नाहीतर रागाच्या आवेशात भलताच शब्द निघून जाऊन सर्वच उघडकीस येण्याचे भय आहे. (पडद्याकडे कान देऊन) हा पावलांचा शब्द ऐकू येत आहे, यावरून खचित माझी प्रियाच येत असावी. तिने आज येण्याला उशीर करून मला भारी त्रास दिला, तर आपणही काही वेळ रागावल्यासारखे करून तिच्याबरोबर भाषणच वर्ज्य केले पाहिजे. (तसे करून बसतो)

[तदनंतर रुक्मिणी प्रवेश करते.]

रुक्मिणी : (गडबडीने येऊन कुसुमावतीस) अगं कुसुमावती, तू इथे हात जोडून का उभी? वाड्यात काय गडबड चालली आहे हे तुला ठाऊक नाहीसे दिसते.

कुसुमा : नाही बाईसाहेब. आज सकाळपासून मी इकडेच आहे.

अर्जुन : (रुक्मिणीकडे पाहून, घाबरून) हे काय लचांड! उन्हाच्या तापाने संतप्त झालेला मनुष्य आकाशात ढग आलेले पाहून आता पर्जन्य शांत करील अशा आशेने बसला असता, त्यावर जशी अग्निवृष्टी व्हावी, तद्वत ही बाई येथे

आल्याने माझी अवस्था झाली. असो. आपण आता अगदी सावधपणाने बसले पाहिजे.

रुक्मिणी : अगं, वन्संच्या लग्नाचा दिवस ठरला. आज इकडले केळवण आणि देवकार्य आटपून टाकावे अशी गुरुजींची आज्ञा झाली आहे. तर तू वन्संना न्हाऊ घालायला जा.

कुसुमा : तर मग, ताईसाहेब स्वामिमहाराजांच्या सेवेला आज इकडे यायच्या नाहीत?

रुक्मिणी : अगं छे, त्यांना आता इकडे यायला वेळ कुठे आहे? गुरुजींनी सांगितले की, झाली तितकी सेवा पुरी आहे. उद्या महापर्वणी आहे. तेव्हा सर्व मंडळी समुद्रस्नानास जायची, तिथेच स्वामींच्या चातुर्मास्याची सांगता करून त्यांस तिथूनच निरोप द्यावा.

अर्जुन : (घाबरलेली मुद्रा करून) हाय हाय! मी ज्या दिवसाला भीत होतो, तोच दिवस येऊन ठेपला ना! आता माझी काय अवस्था होईल ती होवो.

कुसुमा : पण, बाईसाहेब, अजून हस्तिनापुराहून वऱ्हाडी मंडळी आली नाही नि केळवणाची गडबड का केली हे कळत नाही.

रुक्मिणी : अगं खुळे, इथे एकदा लग्नाला विघ्न आले, म्हणून ते हस्तिनापुरातच व्हावे असे दुर्योधनाचे म्हणणे पडले आहे. यास्तव सर्व मंडळी तिकडेच जायला परवा निघणार. मग नको का इथले केळवण आजच करायला? असो. तू जा आता, तिकडे खोळंबा झाला असेल. वन्सं काही तुझ्यावाचून दुसऱ्याला अंगाला हात लावू देणार नाहीत.

कुसुमा : ही मी चालले, पण इथे यांच्याजवळ कोणी नाही.

रुक्मिणी : तू जा, मी इथे यांच्या सेवेला राहते.

कुसुमा : ठीक आहे. (निघून जाते.)

रुक्मिणी : (अर्जुनाजवळ हात जोडून) महाराजांची काय इच्छा असेल, ती कळवावी. मी सेवा करण्यास तयार आहे.

अर्जुन : (हातातील गोमुखी आपटून) आग लागो तुझ्या सेवेला आणि ती दुःखकारक वार्ता उच्चारणाऱ्या त्या वाणीला! हे पाहा, तू इथून निघून गेलीस म्हणजे माझी सेवा तू चांगली केलीस असे मी समजेन.

रुक्मिणी : अगं बाई, हा काही खरा संन्यासी नव्हे, कोणीतरी मेला ढोंगी असावा. तसे नसते तर वन्संचे लग्न ठरलेले ऐकून याला इतका राग आला नसता!

अर्जुन : (बेफाम होऊन छातीस हात लावून) या सिंहाचा भाग तो जंबूक नेणार, असे ऐकून याला कोप आल्यावाचून कसा राहील बरे? असले हे वर्तमान सांगणाऱ्याच्या जिव्हेचे तुकडे तुकडे केले नाहीत एवढेच भाग्य समज.

रुक्मिणी : हं, आता तर पक्के ध्यानात आले, तोच हा. अर्जुना, अरे ढोंग्या अर्जुना, आणलेल्या सोंगाची बरेच दिवस चांगली बतावणी केलीस, पण शेवटी मजपुढे फसलास.

अर्जुन : (आपल्याशी) हो, गोष्ट फार वाईट झाली. रागाच्या आवेशात देहभान नाहीसे झाल्यामुळे असा प्रमाद झाला. आता याला करावे तरी काय?

रुक्मिणी : का रे दांभिका, बऱ्या गोष्टीने तू कोण आहेस, हे कबूल होतोस, की भावोजींना ही गोष्ट कळवून तुझी फजिती केली पाहिजे?

अर्जुन : (उठून) वहिनी, केवळ तुझ्या कपटामुळे अति दीन झालेला हा पार्थ तुला शरण आला आहे. तर यास अभय दे. (असे म्हणून तिच्यापुढे साष्टांग नमस्कार घालतो.)

रुक्मिणी : (हसून अर्जुनाच्या पाठीवरून हात फिरवून) अर्जुना! हे काय? ऊठ.

अर्जुन : (तसाच) छे छे, तू अभय दिल्यावाचून मी कधी उठायचा नाही.

रुक्मिणी : अरे, खरोखर तुला अभय आहे. ऊठ, माझ्या हातून तुझी फजिती होईल असे तुला वाटते तरी का? मी उगीचच मौजेने तसे बोलले, समजलास?

अर्जुन : (उठून आपल्या जागेवर बसतो.)

रुक्मिणी : पार्था, वन्संकरिता एवढे साहस करण्याला का तयार झाला आहेस? अरे पण वेड्या, आता तुला लग्न कसे करता येईल?

अर्जुन : हे पाहा, जसा माझा वेश, तसा हा संन्यासही खोटा आहे. पण वहिनी, कृपा करून तू माझ्या नावाने मला हाक मारू नकोस. कोणी दुसऱ्याने जर ऐकले तर गोष्ट षट्कर्णी होऊन सर्वच फसेल.

रुक्मिणी : बरे अर्जुना, आता तू पुढे कसे काय करणार?

अर्जुन : वहिनी, ते मला काही सुचत नाही. सुभद्रा दुर्योधनास खचित केल्याचे वर्तमान ऐकून मी उदास होऊन हा त्रिदंडी संन्यास घेतला आणि रैवतक पर्वतावर बसलो. तो दादांनी खऱ्या भक्तीने आणून मला इथे ठेवले. पण इथून सुभद्रेसहवर्तमान माझी सुटका कशी होईल हे कळत नाही.

रुक्मिणी : अर्जुना, आता असे कर.

अर्जुन : कसे करू, ते सांग. पण 'अर्जुना, अर्जुना' असे म्हणून नकोस गं!

रुक्मिणी : इकडे कान कर, म्हणजे तुझ्या कानात सांगते.

अर्जुन : ठीक आहे. (असे म्हणून तिच्यापुढे कान करतो. रुक्मिणी त्याच्या कानात सांगते.)

रुक्मिणी : संभाळ बरे, आता मी जाते.

अर्जुन : पण वहिनी, ही गोष्ट कृष्णाला ठाऊक झाली असून, तू सांगतेस तसे केले तर त्याला आवडेल ना?

रुक्मिणी : तू आता मला काही विचारू नकोस! पुढे ते तुला सर्व कळेल. आता मी जाते.

अर्जुन : तुझे उपकार मी कधी विसरणार नाही.

रुक्मिणी : आता तुझ्या वेशाला अनुसरून वागले पाहिजे. (असे म्हणून नमस्कार करते)

अर्जुन : (हसून) नारायण! (असे म्हणतो. रुक्मिणी निघून जाते.)

●

(सौभद्र) ब. पां. किर्लोस्कर.

◆

त्राटिका आणि प्रतापराव

परिचय

मराठी नाट्यसृष्टीच्या विकासाला कालिदासाप्रमाणे शेक्सपिअरनेही हातभार लावला आहे. किर्लोस्करांनी 'सौभद्र' लिहिण्यापूर्वी कालिदासाचे 'शाकुंतल' यशस्वी रीतीने रंगभूमीवर आणले होते. याच सुमाराला रसिक विद्वानांचे लक्ष जगातला सर्वश्रेष्ठ नाटककार मानला जाणारा इंग्रज महाकवी शेक्सपिअर याच्याकडे वळले. त्याच्या अनेक नाटकांचे अनुवाद मराठीत झाले. त्यापैकी 'विकारविलसित' (हॅम्लेट) व 'त्राटिका' (टेमिंग ऑफ दि श्रू) ही नाटके विशेष लोकप्रिय ठरली. खालील वेचा वासुदेव बाळकृष्ण केळकर यांच्या 'त्राटिका' नाटकातून घेतला आहे.

'त्राटिका' हे विनोदी नाटक आहे. कुणालाही भीक न घालणाऱ्या एका जहांबाज तरुणीशी लग्न करून एक उमदा तरुण तिला कसे ताळ्यावर आणतो हे या नाटकात मोठ्या गमतीदार रीतीने दाखविले आहे. या तरुणीचे नाव आहे आनंदी, पण ते तिला मुळीच आवडत नाही. वडिलांनी त्या नावाने उल्लेख करताच ती उसळते आणि म्हणते, 'हां, बाबा! मी तुम्हाला हजारदा सांगितले आहे, की मला

हे मिळमिळीत नाव आवडत नाही म्हणून. तरी मेली आपली तुमची खोड काही जात नाही.' रणधीरराव आणि राणोजीराव हे तिची धाकटी बहीण कमळा हिला मागणी घालण्याकरिता येतात. तिचे वडील धनाजीराव त्यांना सांगतात, 'माझा निश्चय तुम्हाला ठाऊक आहे. थोरल्या मुलीचे लग्न झाल्याशिवाय धाकटीचे लग्न कर्तव्य मला नाही.' ते दोघे याबाबतीत एकमेकांशी हळूहळू बोलू लागतात. ते पाहताच त्राटिका कडकडते, 'काय मेल्या भित्र्या भागूबाई आहेत, पाहा. कशा कुजबुजताहेत आपआपसांत! बाबा असल्यांशी तुम्ही माझी जन्माची गाठ घालून देणार? मी तुम्हाला साफ सांगते, मला मुळीच लग्न करायचे नाही. त्यांतून असल्या मेंग्यांशी तर मी कध्धी कध्धी लग्न करणार नाही.'

असल्या तापट, फटकळ व दुसऱ्यावर पावलोपावली हुकमत चालवू पाहणाऱ्या तरुणीला सुतासारखी सरळ आणि रेशमासारखी मऊ बनविण्याचा चंग बांधून प्रतापराव तिच्याशी लग्न करतो. लग्न हे जणूकाही एक प्रकारचे युद्ध आहे अशा रीतीने अक्षता पडल्यापासून या जोडप्यांचा संसार सुरू होतो. या युद्धात विजय मिळविण्याकरिता प्रतापराव कोणकोणत्या क्लृप्त्यांचा अवलंब करतो आणि शेवटी कसा विजय मिळवितो, याची कल्पना खालील वेच्यावरून येईल.

पिल्या हा प्रतापरावाचा नोकर. तो मालकासारखाच वस्ताद आहे. राणोजीराव हा प्रतापरावाचा मित्र.

❖

[विजयपूर, प्रतापरावाच्या वाड्यातील खोली,
त्राटिका आणि पिल्या येतात.]

त्राटिका : पिलाजीबुवा, कसेही करून काहीतरी खायला घेऊन या. हे पाहा, काही असले तरी चालेल. खाण्यासारखे असले म्हणजे झाले.

पिल्या : (एकीकडे) यंव, आता कशी बया अक्षी नरम आलीया! पिलाजीबुवा म्हंन! आणि पिलाजीराव म्हंगालीस, म्हून का माज्याकडून तुला खायाला मिलनार? अगं, त्यो हाय ना समंद थतं माझी चामडी लोळवनार. (उघड) माज्या पोटात, बाईसाब, तुमाकडं बगून लई दया येतीया; आन् या धन्याचा असा का राग येतुया, की ह्येची चांगली खोडच मोडावी. पन, बाईसाब, त्यो हाय लई कडवा. तरी पन न्हाईच, काय व्हईल त्ये व्हईल, मी तुमासनी कायबी आणून द्येतोच. बरं मंग कसं?

दोन अंडी आणून देऊ का?

त्राटिका : आणू का म्हणून का विचारतोस? त्यांचे नाव काढताच माझ्या तोंडाला पाणी सुटले. आण, आण लवकर.

पिल्या : पन, बाईसाब, अंडी गरम असत्यात म्हनं. नगं रं, बा. धनीसाबांच्या जर कानी ग्येलं तर त्ये आमचा कानच उपटत्याल.

त्राटिका : अरे, गरम नाही आणि काही नाही. तुला कोणीतरी काही भलतेच सांगितले. तू जा आणि लवकर घेऊन ये दोन अंडी; निदान एक का होईना!

पिल्या : छे छे छे, बाईसाब, त्येचं आता नावच घ्येऊ नगा. मीच चुकलो तुमच्यापाशी त्याचं नाव काडलं हतं. बरं मंग तुमासनी नदीतला ताजा मासा कसा काय आवडतो?

त्राटिका : खरेच, ताज्या माशाची गोडी काही मजेदार असते! जा, आता बोलत बसू नको. अगोदर घेऊन ये तो.

पिल्या : पन् मासा मंजी लई थंड, न्हवं का? रातदिन पान्यात ऱ्हानार. त्योबी न्हाइ उप्योगी तुमासनी देऊन. जर का हकडं तकडं झालं, तर धन्याची खेटरं बसत्याल मला.

त्राटिका : पिलाजीबुवा, काही थंडी होत नाही. माझ्या अंगात जागरणाने आणि उपासाने खूप कडकी भरली आहे, त्याला तर थंड उपचार चांगले. नका आता उशीर करू.

पिल्या : त्ये न्हाई जुळायचं. आता नदीकडं जानार कोन? पन् ह्ये बगा. व्होवी तर थोडी सागुती आनून देईन. आन् लसनीचं तिखाट.

त्राटिका : वा! आणखी रे काय पाहिजे? आण, आण पाहू.

पिल्या : पन् ह्ये बगा, त्ये तिखाट न्हाई कामाचं. त्ये तर लई गरम.

त्राटिका : अरे, तिखट नको, नुसतीच सागुती घेऊन ये.

पिल्या : असं कुठं झालंया? तिखटाबिगार कसं गोड लागंल? आन् पचंल तरी कसं?

त्राटिका : बरे, तर दोन्ही आण; नाहीतर एक आण; नाहीतर दुसरे काहीतरी आण. उभा राहू नको माझ्यासमोर आता. माझ्याने आता धीर धरवत नाही. जा, जा.

पिल्या : बाईसाब, काय तरी आन म्हंगता. तर मग नुसतं तिखाट चालंल का? आन् धनीसाबांनी मला बगितलं आन् मला इचारलं, तर त्येंना काय सांगू, जी?

त्राटिका : चल, निघ येथून, मेल्या फसव्या, काळतोंड्या! (त्याला मारते. तो पळून जातो.) देवा, आता काही माझी धडगत दिसत नाही. सारे मेले शुद्ध पाषाण आहेत. त्यालाही एखाद वेळ पाझर फुटेल. पण यांच्या मनात काही दयामाया यायची नाही. कोण हा छळवाद! खायला मिळाले नाहीतर नाही, पण हा कोण

कहर! तोंडाला पाणी सुटायला लावायचे आणि मागून अशी पाने पुसायची. मेले, माझ्या मागच्या जन्मीचे वैरी दावा साधायला आले आहेत! सारेच मेले कसे सारखे दुष्ट! ही पाहा आली स्वारी धन्याची. आणखी मेला काही जाच आहे कपाळी. हातात ताट दिसते आहे. पण उपयोग काय? त्यातले माझ्या नशिबी काही असेल तर की नाही!

[प्रतापराव (हाती पक्वान्नांनी भरलेले ताट घेतलेला) व राणोजीराव येतात]

प्रताप : (त्राटिकेकडे पाहून आपल्याशी) बरीच नरम आली आहेशी दिसते. भूक व जागरण या दोन्ही महाप्रतापी मात्रा आहेत. कसलेही भूत अंगात संचारले असले, तरी हटकून त्यास हुसकून लावतात. (तिच्याजवळ जाऊन) राणोजीराव, ही पाहा तुझी वहिनी. तिची प्रकृती थोडी बिघडली आहे. अरे, किती नाजूक शरीर हे? त्या दिवशी प्रवासाची दगदग झाली, ती तिला सोसली नाही. प्रिये, आता तुला कसे वाटते? हातापायांची आग राहिली का? डोके नाही ना दुखत? थोडीशी भूक वाटते का? अरे, ही बोलत का नाही? अजून प्रकृती ताळ्यावर आली नाहीशी दिसते.

राणोजी : वहिनी, काय होते तुम्हाला? अशा कष्टी का? आपल्या माहेरची मंडळी सारी खुशाल आहेत हो.

त्राटिका : मला काय धाड झाली आहे? हे माझी इतकी काळजी घेताहेत, की मला निजू देत नाहीत, की खाऊ देत नाहीत. मग मला काय होणार? बाबांना भेटलात म्हणजे सांगा, की चांगला जिवंत समंध माझ्यामागे लावून दिलात, बरे! याच्या तावडीतून वाचले तर नशीब म्हणायचे.

राणोजी : प्रतापराव, हे रे काय?

प्रताप : शपथपुरस्सर ही समंधाची गोष्ट आताच मला कळली. लाडके, अगं, तू संकोच का धरतेस? मला अगोदर का नाही सांगितलेस? म्हणजे त्याला केव्हाच गाडून टाकले असते! (एकीकडे राणोजीस) तो समंध हिच्या अंगात आहे, म्हणून तर मला हा सारा त्रास पडतो आहे. (उघड) पिल्या, इकडे ये पाहू, असा पुढे... तुला ताकीद दिली होती ना, येथे कोणाला सोडू नको म्हणून! मग कसा समंध आता शिरला? (पिल्या पुढे येतो. प्रतापराव त्याचा कान धरतो.)

पिल्या : आपुन दोघंच आता आला न्हवं का? आन् तिसरा समंध कोन आता आलाया?

राणोजी : म्हणजे काय रे? प्रतापराव आणि मी आलो, हेच का समंध?

पिल्या : मी काय सांगू, जी?

प्रताप : आ... मी समंध काय? फार फाजील बोलू लागलास! घे हे बक्षीस

(त्याच्या पाठीत दोन-चार बुक्के मारतो.)

त्राटिका : जाऊ द्या. उगीच काही निमित्त काढून त्याला का मारता? अगोदर त्या ताटाचे काही नाही का करायचे?

प्रताप : घरातून राणीसाहेबांचा हुकूम झाला. आता कोण मारतो! जा लेका, बाईसाहेबांचे उपकार मान. पड त्यांच्या पाया. (पिल्या त्राटिकेच्या पाया पडतो.) अस्से. प्रिये, या ताटाकडे तुझी नजर गेली का? हे ताट माझ्या प्रीतीने भरले आहे. तू येथे आल्यापासून तुला सुग्रास अन्न खायला मिळाले नाही, तेव्हा आज समक्ष उभा राहून ही पक्वान्ने तयार करविली. पाहा तर खरी या जिलबीची गोडी! (जिलबीचा एक बारीक तुकडा तिच्या हाती देतो, ती तो फेकून देते.) हं! समंध जबरदस्त आहे. अजून निघत नाही म्हणतो. ठीक आहे. पिल्या, चल घे ताट आणि ठेव नेऊन मुदपाकखान्यात (ताट फेकून देतो.)

राणोजी : अरे, राहू दे ते. वहिनीला फार भूक लागली आहे. तिला खाऊ दे थोडेसे.

प्रताप : तुला नाही त्यातले काही समजत. भूक लागली असली म्हणून काय झाले? एखाद्या चाकरमाणसाने आपले काम वेळी केले, तरी आपण त्याला शाबासकी देतो. येथे तर स्वत: ही पक्वान्ने केली, त्याबद्दल उपकार मानायचे राहिले एकीकडे. उलटा त्यांचा असा अव्हेर! मला नाही असला अपमान खपायचा. नुसता एक गोड शब्द तरी हिने बोलायचा होता! बरे आहे, माझे तरी काय अडले आहे? ती मघाशी म्हणाली तेच खरे. हे सारे त्या समंधाचे खेळ आहेत. पिल्या, नेतोस की नाही, हे ताट?

पिल्या : जी धनीसाब, हे उचलले बगा. (ताटात जिन्नस भरून उचलतो. मी पन भला गावलोया चाकूर आमच्या धनीसाहेबास्नी. ये हकडं; घ्ये दोन रट्टं. जा तकडं; घ्ये दोन ठोसं. हे कर. न्हाई तर घ्ये दोन लाता. असंच क्येलंस, घ्ये दोन कोरड्याचं तडाकं. हा खाऊ खाऊनशान मी पन् आक्षी मोटंवाणी फुगनार बगा.

त्राटिका : असू दे ते ताट. त्याच्यावर का रागवता? मीच त्याला खुणेने 'ताट नेऊ नको' असे सांगितले. खरेच, पण स्वत: कशाला इतकी तसदी घ्यायची ती? मुदपाकखान्यातून नव्हते का कोणी ताट आणायला? नाहीतर मला सांगायचे होते. मी नसते का तिकडे गेले?

प्रताप : आता ठीक बोललीस. पण हे पाहा, मी असता तुला कसे इतके श्रम पडू देऊ? अगं, तू श्रीमंताच्या घरची. तुला चालायचे श्रम मी कसा देईन बरे? त्यातून तुझी प्रकृती नादुरुस्त. तुला भूक लागली आहे हे जाणूनच मी इतकी जलदी केली. पण हे तुझे भाऊजी आज लांबून आले आहेत. त्यांना अगोदर खाऊ दे. मग ताट आहे आणि तू आहेस. तू राणोजीरावापुढे लाजू नकोस. तो केवळ माझा

सख्खाच भाऊ आहे असे समज. तू ही पक्वान्ने खाल्लीस, म्हणजे मी स्वत:ला मोठा धन्य मानीन. (राणोजीस एकीकडे) राणोजी, झपाझप त्यातले बहुतेक खाऊन टाक. तिच्याकरिता अगदी थोडे शिल्लक ठेव. (उघड) प्रिये, तू खाल्लेस म्हणजे आज आपण कुसुमपुराला जाऊ. आता माझे काही काम शिल्लक राहिले नाही. लग्नाची मेजवानी राहिली आहे, ती आपण मामासाहेबांना पचू देणार नाही. आता इतक्यात शिंपी, कापडवाला, सोनार, मोतीवाला हे येतील. तुझ्याकरिता आज उमदे कापडचोपड, मौल्यवान दागदागिने खरेदी करायचे. (राणोजी पुष्कळसे पदार्थ खाऊन ताट त्राटिकेपुढे करतो) शालू, पैठण्या भरजरीच्या, झगझगीत तुला आवडतील, त्या घे. हिऱ्यामोत्यांचे दागिने, तन्मणी, पेट्या, बुगड्या - जशा काही मोत्यांच्या नक्षत्रमाळाच लोंबताहेत... अगं, तुला आज अशी सजवतो की, पाहणाराचे डोळे दिपून जावे! या प्रतापरावाला काही कमी नाही. अरे वा! तुझे खाणे इतक्यात आटोपले? शाबास! त्वरा असावी तर अशी! पिल्या, उचल ते ताट आणि बाहेर शिंपी वगैरे आले आहेत, त्यांना आत लावून दे. (पिल्या तिच्यापुढचे ताट घेऊन जातो) कसे काय, गळेकापू! या असे. (शिंपी येतो) आणि अगोदर ती काचोळी काढा. (कापडवाला येतो) वा!, आपलीही स्वारी आली का? घालणार आम्हाला आज आपण मोठा गंडा! (मोतीवाला येतो) या. आज आमचे घर आपण धुऊन नेणार. आमच्या येथे या गावातील साऱ्या अट्टल लुटारूंची एक प्रचंड सभाच आहे. एक कमी आहेत. वा! हे पाहा आलेच. अगदी शंभर वर्षे आयुष्य आहे चोराला! (सोनार येतो) हे साऱ्या चोरांचे राजे आले. आता दरबार भरला खरा! (कापडवाल्यास) हूं, काढा आपापला माल. हे पाहा, तुमच्यापाशी अगदी अस्सल उत्तमपैकी माल असेल तो काढा. चांगला माल नसेल, तर बासने नका सोडू. मुकाट्याने घरी जा. येथे भिकारडा माल खपायचा नाही. (शिंप्याला) अहो गळेकापू, अजून नाही निघाली आपली काचोळी?

शिंपी : ही, रावसाहेब, तयार आहे. पाहा तर खरे हिचे काम. मुद्दाम पाचशे चांगल्या चांगल्या किनखापांतून हे तुकडे वेचून काढले आहेत. असा कपडा पाहायला मिळायचा नाही. तुकडे जोडताना तरी किती शिताफी दाखविली आहे! रंगाचा मेळ तर पाहा. नजर ठरत नाही. हे निळे, तांबडे, पिवळे, हिरवे तुकडे किती मजेने जोडले आहेत. जसे इंद्रधनुष्य!

प्रताप : ही का काचोळी आहे, का ठिगळांची गोधडी आहे? असली तुकड्यांची चोळी घालायला ती का भिकाऱ्याची बायको आहे?

त्राटिका : असे काय भलते बोलायचे ते? काय झाले आहे त्या काचोळीला? ती अशी तुकड्यांचीच करतात हो, आपल्याला अक्कल नाहीतर दुसऱ्यापासून तर शिकावी. माझ्या मनात ती उतरली.

शिंपी : बाईसाहेबांनी खरी पारख केली.

प्रताप : अरे दीडशहाण्या, ती काय म्हणाली ते तुला कळले तरी? ती म्हणजे, ही हिच्या मनातून उतरली. तुला जर शिवण्याची अक्कल नव्हती तर दुसऱ्यापासून शिकायची होतीस. हूं, उचलतोस का नाही ही चोळी, का उडवू कोरडे?

शिंपी : रावसाहेब, ही चोळी परत न्यायचा नाही. आपल्या गड्याने सांगितल्याप्रमाणे अगदी बरोबर ही तयार केली आहे.

पिल्या : आँ धनीसाब, बघितला का कसा गळेपडू हाय तो? माझा बा का शिंपी व्हता व्हय, म्हून मी त्याला चोळी अशी अशी शीव, असं सांगंन! काय रं, सुईदोरंवाल्या, खरं बोल, न्हाई तर धनीसाबांच्या समूर तुझं कसाब काढीन बग सारं भाइर.

प्रताप : बस्स पिल्या, चूप राहा. अहो, कातरी-गज-अंगुस्तान-बहादूर आम्हाला तुमच्या काचोळीची गरज नाही, समजला? ही का काचोळी आहे, का नाकाडोळ्यांच्या वैदूचा झोळणा, का गिलच्याचा चोळणा, का गारोड्याची पोतडी, का डोंबाऱ्याची पिशवी, का गोसाव्याची झोळी, का वाण्याचे पोते? याला म्हणावे तरी काय काय? आमच्या येथे असा माल खपायचा नाही. का आनंदी असेच ना? काही हरकत नाही. तू बोलायची तसदी घेऊ नकोस. तुझ्या मनातील भाव मी समजलो. शिंपीबोवा, उचला आता आपले चंबूगबाळे! नाहीतर सांभाळा. (चाबूक वाजवितो.)

त्राटिका : माझ्या मनातील भाव आपल्याला कळला नाही? ठीक झालं, कळला तर मग. आता आपण मध्ये तोंड घालू नका! माणसाला मेला बोलायचा कंटाळा कसा येत नाही कोण जाणे! आमचे कानदेखील दुखू लागले ऐकता-ऐकता, पण यांचे तोंड काही राहत नाही वाजायचे. हे पाहा, मी काही कुकुले बाळ नाही, बोळ्याने दूध पीत नाही. चाललेले सारे प्रकार माझ्या लक्षात येऊन चुकले. मी आपल्याला साफ सांगते आपण काही करा, मी काही आपले कुत्रे होऊन राहणार नाही. मला वाटेल तसे मी करणार. आपल्याला हवे तितके आपण माझे हाल करा. शिंपीबोवा, ठेवा ती काचोळी, मला फार आवडते. आपल्या मेहनतीचे पैसे मी चुकते करून देईन बरे!

राणोजी : (आपल्याशी) आला पुनः खटक्याचा प्रसंग! ही चकमक मोठी मजेची आहे! पाहावे, कोण जिंकते ते.

शिंपी : बाईसाहेब, ही घ्या चोळी. आपल्याकडून पैसे येण्याबद्दल मला काही काळजी नाही. रावसाहेब मुकाट्याने पैसे काढून देतील. (चोळी पुढे करतो)

प्रताप : (शिंप्याच्या हातची चोळी हिसकावून घेऊन) काय रे गधड्या, तुला लाज वाटत नाही एकदम माझ्या बायकोशी बोलायला? पाहा, ती कशी संतापाने लाल झाली आहे ती. चल नीघ. तिच्या डोळ्यांसमोर उभा राहू नकोस. अजून गेला

नाहीस? पिल्या, गद्ध्या बघतोस काय? दे चार लाथा आणि काढ बाहेर. (पिल्या शिंप्याला लाथा मारीत बाहेर घेऊन जातो. राणोजीरावास एकीकडे) राणोजी, त्याच्यापासून ती चोळी घेऊन पिल्याजवळ दे आणि पैसे लवकर चुकते होतील, म्हणून सांग. त्याची नीट समजूत कर. (राणोजीराव जातो. कापडवाल्यास) हं, काढा पाहू तो शालू. प्रिये, कसे काय? तुला आवडतो का? नाही ना? ठीक आहे. अगं, नको घालू कपाळाला इतक्या आठ्या. (कापडवाल्याला) तुमच्याजवळ अस्मानी बुट्टीदार चांदणी शालू असला तर आणा. म्हणजे तो नेसला असता माझी प्रिया आकाशातल्या चंद्राप्रमाणे खुलून दिसेल!

कापडवाला : रावसाहेब, पण या शालूची खुमारी तर पाहा, याचा नोकझोक तर लक्षात घ्या, याची चकमक तर न्याहाळा. असला शालू मिळायचा नाही. तो बाईसाहेबांच्या मनात फार भरला आहे.

प्रताप : अरे चोरा, तुला सांगितले ना तिला नको म्हणून? तिने नाक मुरडलेले तू नाही पाहिलेस? जातोस का नाही? पिल्या-

कापडवाला : रावसाहेब, कशाला इतकी तसदी? हा मी निघालो पाहा, सरकार चाललो, सरकार, येतो सरकार, माफ करा, बाईसाहेब -

प्रताप : प्रिये, आज काही खरेदी करायची नाही. अहो चोर, भामटे, कसाई! चला, चालते व्हा. आज सवदा जमायचे चिन्ह नाही. आज मुहूर्त वाईट लागला होता. हं आटपा, बोजा उठवा, काळे करा. (सोनार व मोतीवाला जातात) आ मेरे दिल, ओ जान आनंदी, आ मेरे कलिजा! चलो; आप ऐसे ही चले जाएंगे. आपल्याला हे दागदागिने, हा कपडालत्ता घेऊन काय करायचे आहे? हा सारा बाहेरचा भपका. हा दाखवून आतला काळेपणा थोडाच लपवायचा आहे आपल्याला? आपल्या मनाचा मोठेपणा आणि आपल्या तिजोरीतली संपत्ती ही तर नाहीशी होत नाहीत ना? चंद्राचे बिंब ढगाच्या आड अडले म्हणजे त्याची शोभा विशेष, तसे सद्‌गुणही गरिबीच्या थाटातच अधिक योग्यता पावतात. सापाची कातडी गुळगुळीत असते म्हणून त्याला कोणी कवटाळून धरील? काय सांगू तुला, या भिकार व मळकट वस्त्रांनीच तू मला अत्यंत मोहक दिसते आहेस. अगं, तुझी वस्त्रे अशी आहेत याबद्दल तुला लाज वाटू देऊ नकोस. याची लाज मला. तू आनंदात राहा. चला, आता मामांकडे जायला निघू. तेथे गेल्यावर आपण आनंदीआनंद करू. (राणोजीराव व पिल्या परत येतात) पिल्या, जा घोड्यावर सामान टाक आणि तीन वाटेच्या कोपऱ्यावर घोडी घेऊन उभा राहा. (पिल्या जातो) प्रिये, आपण तेथपर्यंत चालत जाऊ. या राईतून आपण दोघे मोठ्या आनंदाने सहल करीत जाऊ. राणोजी, तूही चल आमच्याबरोबर. अहाहा, किती शांत व आल्हाददायक ही सकाळची वेळ आहे! मला वाटते, आपण दुपारच्या जेवणाला तेथे सहज जाऊन पोहोचू.

त्राटिका : मी साफ सांगते, मला नाही अशा कडक उन्हात चालवत. भलतेच आपले काहीतरी बोलायचे झाले. नुकतेच नाही का दोहोंचे ठोके पडले?

प्रताप : दोहोंचे ठोके पडले? इतकी का पहाट आहे अजून? मग आपल्याला पोहोचायला दुपार तरी कशाला पाहिजे? झांझुरके उजाडताच जाऊन पोहोचू.

त्राटिका : पुरे पुरे. कोणी ऐकले तर काय म्हणेल? आपले वेडेपण झाकण्याची ज्याला अक्कल नाही त्याला बाई काय म्हणावे?

प्रताप : असे काय? आम्हाला अक्कल नाही का? हा आमचा मान! मी पुन्हा असे म्हणतो, की या वेळी पहाट आहे.

त्राटिका : मीही पुन्हा म्हणते, की आता दोन प्रहर टळून तिसऱ्या प्रहराचा अंमल आहे.

प्रताप : बरे आहे तर मग. आता पहाट आहे हे कबूल झाल्याशिवाय पुढे जायचेच नाही. एक पाऊलभरही हलायचे नाही. मी म्हणेन ती वेळ झाल्याशिवाय आपल्याला साफ निघायचे नाही. पिल्या, उतर व घोड्यावरचे सामान. आपली जाण्याची तब्येत लागत नाही. बाईसाहेब, हे ऊन फारच कडक आहे बरे. अशा उन्हात आपली नाजूक काया करपेल. आपण आपले हे गुलाबाचे फूल घरात नेऊन नीट ठेवा.

राणोजी : (आपल्याशी) हा सूर्यालादेखील आपला बंदा गुलाम करील, मग हिची काय कथा? हा हिला केव्हाच वठणीला आणणार! जायचे नाही म्हणताच पाहा कसे तोंड खरकन उतरले ते! पण अजून ताठा कोण आहे! ही इतक्यात नाही कबूल व्हायची, पण हा खरोखरीच जात नाही असे पाहिले म्हणजे आपोआप नरम येईल.

त्राटिका : देवा, कसे मला या आगीत घातलेस? माझे लग्न झाले नसते तरी बरे होते. मी बाबांच्या घरी बटीक होऊनदेखील खुशीने राहिले असते. हा जाच माझ्याच्याने आता नाही सोसवत. मुकाट्याने हे म्हणतील तेच कबूल केले पाहिजे. पण तसे तरी कसे करावे बाई? भलतेच कसे खरे म्हणावे? म्हणू नये, तर जाच सोसला पाहिजे. छे, पण आपल्याच्याने हा आता नाही सहन होत. (जाते)

राणोजी : प्रतापराव, किती छळतोस तिला? तिचे तोंड पाहा कसे उतरले आहे ते! खरोखरीच मला तिची दया येते. ती जाताना काय म्हणाली, ते ऐकलेस ना?

प्रताप : अरे, ऐकले इतकेच नाही, पण ऐकून मला थोडासा संतोषही वाटला. माझे काम पाऊण हिस्सा झाले. तिला मी असे वागवितो याचे मला वाईट वाटत नाही की काय? पण या वेळी तिच्यावर दया करणे म्हणजे तिचा व आपला घात करून घेणे होय. निष्ठुरता हीच या वेळी खरी दया आहे. तिच्या अंगची दुष्ट खोड गेल्यानंतर मग पाहा मी तिचे कसे लाड करीन ते!

●

(त्राटिका) वा.बा.केळकर

◆

गुडघ्याला बाशिंग बांधणारा म्हातारा

परिचय

पन्नास वर्षांपूर्वी 'शारदा' रंगभूमीवर आली. त्या वेळेपर्यंतची बहुतेक नाटके कल्पनारम्य असत. राजेराण्या आणि मंत्री-सेनापती यांचा वावर त्यात चाले. नाटकाची उभारणीही इतिहास-पुराणांतल्या एखाद्या भव्य, रम्य किंवा आकर्षक घटनेवर अथवा तिच्यासारख्याच काल्पनिक कथासूत्रावर केलेली असे. समाजाच्या मधल्या थरातल्या गोष्टी, कुटुंबातल्या साध्यासुध्या घडामोडी, त्यातल्या लहानमोठ्या माणसांची सुखदुःखे हे जणूकाही नाटकांना योग्य असे विषयच नव्हेत, असे त्या काळच्या लेखकांना व प्रेक्षकांना वाटत असे. म्हणूनच 'शारदे'चा पुरस्कार करणाऱ्या प्रस्तावनेत हरिभाऊ आपटे म्हणतात, 'ज्यांचा विषय लौकिक नाही, असा शाकुंतलादी नाटकांप्रमाणे शृंगारवीरादी नवरसांचे अत्यंत उदात्त स्वरूप किंवा अद्‌भुत प्रसंगांनी खचल्याकारणाने वाचकांची जिज्ञासा सदैव जागृत ठेवणारे प्रवेश या नाटकात नाहीत ही गोष्ट खरी; परंतु सौंदर्याची परिसीमा उदात्तपणात मात्र होते आणि सौम्यपणात होत नाही; उदात्त रूप तेवढेच मात्र रमणीयतेचे स्वरूप आणि सौम्य रूप ते

रमणीयतेचे स्वरूप नव्हे असे कोण म्हणेल?'

मराठी कादंबरीच्या क्षेत्रात १८९० च्या सुमारास हरिभाऊ आपट्यांनी 'पण लक्षात कोण घेतो?' ही कादंबरी लिहून सामाजिक कादंबरीच्या युगाला सुरुवात केली. 'शारदा' लिहून मराठी रंगभूमीवर सामाजिक नाटकाला देवलांनी तितकेच महत्त्वाचे स्थान मिळवून दिले. 'शारदे'पूर्वी क्वचित कुणीतरी लेखक नाट्यरूपाने एखादा सामाजिक प्रश्न हाताळीत असे. नाही, असे नाही. त्या नाटकांपैकी एकही रंगभूमीवर चमकू शकले नाही. वाङ्मयगुण व नाट्यगुण या दोन्ही दृष्टींनी 'शारदा' हेच मराठीतले पहिले प्रभावी सामाजिक नाटक होय. वर्षानुवर्षे या नाटकाचे प्रयोग जवळजवळ प्रत्येक मराठी नाटक मंडळीने केले. तथापि त्या नाटकाची गोडी एक पिढी उलटून जाईपर्यंत किंबहुना रंगभूमीला उतरती कळा लागेपर्यंत अवीट राहिली.

'शारदे'चा विषय बालावृद्धविवाह हा आहे. ज्याचा एक पाय घरात आणि दुसरा स्मशानात आहे अशा म्हाताऱ्याने केवळ श्रीमंतीच्या बळावर एखादी तरुण मुलगी विकत घ्यावी, त्या मुलीच्या बापाने लोभाला बळी पडून लग्नाच्या बाजारात पोटचा गोळा विकायला तयार व्हावे, धर्मशास्त्रांनी आणि वेदमार्तंडांनी त्या श्रीमंत थेरड्याकडून मिळणाऱ्या पैशाकडे पाहून एका निष्पाप मुलीच्या अघोर विटंबनेला संमती द्यावी आणि रूढीच्या व धर्माच्या नावाखाली चालणारा हा सारा अमानुष प्रकार राजरोसपणे समाजात पिढ्यान् पिढ्या सुरू असावा - या दृश्याने कुणा सहृदय लेखकाचे अंत:करण अस्वस्थ होऊन जाणार नाही? देवलांच्या काळी अशी लग्ने नित्य दृष्टीला पडत. ती पाहूनच ते नाटक लिहिण्याची प्रेरणा त्यांना झाली. साठीच्या घरात आलेल्या एका संस्थानिकाने आपल्या पाचव्या की सहाव्या लग्नाकरिता तेरा-चौदा वर्षांची एक कुमारिका निवडली. संस्थानिकाचा सासरा होण्याच्या आनंदात त्या दुर्दैवी पोरीच्या हृदयशून्य बापाने आपल्या जावयाच्या गोवऱ्या स्मशानात गेल्या आहेत या गोष्टीकडे दुर्लक्ष केले. दशग्रंथी म्हणून गाजलेल्या आणि समाजात मानमान्यता पावलेल्या एका धर्ममार्तंडाने या लग्नाच्या कामी मध्यस्थाची भूमिका घेतली. डोळ्यांसमोर घडलेल्या हृदयद्रावक घटनेने देवलांची नाट्यप्रतिभा जागृत झाली. एका लोभी ब्राह्मणाची चौदा वर्षांची दुर्दैवी मुलगी ही सुभद्रा आणि शकुंतला, ज्युलिएट

आणि वसंतसेना यांच्याइतकीच नाटकाची नायिका होण्याला पात्र आहे हे त्यांनी चटकन हेरले. अशा रीतीने 'शारदा' जन्माला आली.

म्हाताऱ्याला दिली जाणारी चौदा वर्षांची अल्लड शारदा, तिचा द्रव्यलोभी बाप कांचनभट, शक्तीकरिता कुष्मांड-पाकाच्या वड्या खाऊनही बसलेल्या जागेवरून उठताना कमरेत कळ आल्यामुळे 'ओय ओय' करून ओरडणारा, पण 'सुंदर, खाशी, सुबक ठेंगणी, स्थूल न, कृशहि न, वय चवदाची' अशी बायको आपल्याला मिळावी म्हणून धडपडणारा भुजंगनाथ, शारदेच्या सुखाच्या होळीवर आपली पोळी भाजून घेऊ पाहणारा पाषाणहृदयी भद्रेश्वरशास्त्री या सर्व पात्रांचे नमुने भोवतालच्या सत्यसृष्टीत देवलांना मिळाले. 'शारदे'चा नायक कोदंड हा मात्र त्या काळच्या ध्येयवादातून जन्माला आलेला आहे. तो लोकसेवक आहे. वृद्धाने लहान कुमारिकेशी लग्न करू नये, लोभाला बळी पडून कुणी म्हाताऱ्याला आपली मुलगी देऊ नये, असा विषमविवाह कुठे होत असल्यास समाजाने तो विवाह शक्य तितका प्रयत्न करून मोडावा, असा उपदेश करीत तो फिरत असतो. धूर्त भद्रेश्वर दीक्षित भुजंगनाथाचे लग्न जमविण्याकरिता कुठल्या तरी अश्राप कुमारिकेचा बळी दिल्याशिवाय राहणार नाही हे लक्षात येताच तो पुराणिक म्हणून त्याच्या पदरी राहतो. भुजंगनाथाचे लग्न शारदेशी होणार असे दिसताच तो उपदेश करून त्याचे मन वळविण्याचा प्रयत्न करतो. कोदंड हा आपल्या वाटेतला काटा आहे असे वाटताच कावेबाज भद्रेश्वर त्याला पकडून तळघरात कोंडून ठेवतो. तिथून त्याचा मित्र हिरण्यगर्भ त्याला सोडवितो. पुढे अगदी बोहल्यावर हे लग्न मोडण्याच्या कामी कोदंडाला यश येते. शेवटी शंकराचार्यांच्या संमतीने तो शारदेशी लग्न करतो.

सुंदर, सुबोध व मार्मिक संवाद हे 'शारदा' नाटकाचे मोठे वैशिष्ट्य आहे. या नाटकाच्या कथानकात गुंतागुंतीमुळे उत्पन्न होणारी उत्कंठा नाही, पण भावनेमुळे उचंबळणारा रस आहे. कथानकाची गुंफण चातुर्याने केलेली असल्यामुळे प्रेक्षकांच्या मनावरली त्याची पकड भुजंगनाथाच्या लग्न करण्याच्या अट्टहासापासून त्याचे लग्न मोडेपर्यंत कुठेही सैल होत नाही. तसे पाहिले, तर या नाटकातला मुख्य रस करुण आहे. पण लग्नाला हपापलेला बुड्ढा भुजंगनाथ, त्याला घोड्यावर चढवून आपले उखळ पांढरे करू

पाहणारा लुच्चा भद्रेश्वर आणि एखादे बनावट अशुद्ध संस्कृत वाक्य उच्चारून चौदा वर्षांच्या मुलीला पस्तीस वर्षांचा नवरा उत्तम अशी आपल्या बायकोची समजूत घालणारा लोभी कांचनभट या भूमिकांच्या द्वारे देवलांनी नाटकात हास्यरस मोठ्या चांगल्या रीतीने खेळविला आहे. तो प्रेक्षकांच्या मनावरला ताण कमी करतो, कथानकातल्या दुष्ट आणि मूर्ख पात्रांना हास्यास्पद बनवितो. इतकेच नव्हे, तर प्रसंगी नाट्यकथेला गतीही देतो. मात्र करुणरसाचा परिणाम कमी होईल अशा रीतीने तो अस्थानी कुठेही डोकावत नाही.

खालील वेचा 'शारदा' नाटकाच्या तिसऱ्या अंकातून घेतला आहे. भद्रेश्वर दीक्षिताने सर्व लटपटी, खटपटी करून श्रीमंतांचे लग्न शारदेशी जुळवून आणलेले असते. लोभी कांचनभटाने आपल्या भावी जावयाचे खरे वय घरात कुणालाच सांगितले नसल्यामुळे या लग्नाच्याबाबतीत शारदा प्रथम निश्चिंत असते. पण कुबेरांच्या वाड्यात ती हळदीकुंकवाला जाते, तिथे तिच्या मैत्रिणी श्रीमंत, पण म्हाताऱ्या नवऱ्याची बायको अशा दृष्टीने तिच्याकडे पाहतात, तिची सारखी थट्टी करतात. वल्लरी तर 'म्हतारा इतुका न, अवघे पाऊणशे वयमान' या शब्दांनी तो अगदी जख्खड म्हातारा आहे असे सुचविते. साहजिकच हा सारा प्रकार काय आहे याविषयी शारदेचे मन सचिंत होते. इकडे श्रीमंतांना आपली भावी पत्नी पाहण्याची उत्सुकता असल्यामुळे याच वेळी कांचनभट तिला श्रीमंतांकडे घेऊन जातो. या नाट्यपूर्ण भेटीचे चित्रण खालील प्रवेशात देवलांनी मोठ्या कौशल्याने केले आहे.

❖

[स्थळ : हेरंबमहाल]

श्रीमंत : लग्नाला मुहूर्त कशाला पाहतात कोण जाणे. तो मुहूर्त येईपर्यंत आमचा दम कसा निघावा? त्यातून काल ते स्वप्न पडल्यापासून तर आमची फारच धांदल उडाली आहे. पाहावे तिकडे कोदंड दिसतो. काय चमत्कारिक स्वप्न ते!

लग्न होय चार दिवस, नाच रंग पाहिले ॥
काढिली रथी वरात, तीस जवळ घेतले ॥

राजदूत ते अशांत, चोहिंकडुनि धावले ।।
बांधुनि मला रथी, तसेचि नीट चालले ।।

इतक्यात कोदंड पुढे तोंड करून हसत हसत मला म्हणाला की, 'चला आता कारागृहात! शृंखला नवरी तुमची वाट पाहत आहे!' हे शब्द ऐकताच माझं देहभान गेलं. जागा होऊन पाहतो तो दीक्षित पुढे उभे. त्यांना स्वप्नाची कथा सांगितली. कोदंडाची भीती समूळ नाहीशी करण्याची काही तोड काढतो, असं त्यांच्यापासून वचन घेतलं, तेव्हा थोडासा निर्धास्त झालो. बरं, कांचनभट आज आपली मुलगी मला दाखविण्याकरिता आणणार होता, तो का अजून आला नाही? तो नाही आला तर न येईना, पण ती आली पाहिजे. या महालात येऊन ती आज मला भेटणार, या कल्पनेनंच माझ्या सर्वांगावर आनंदाच्या लहरी येताहेत. (आरशात पाहून) अरे, नुकता स्नानापूर्वी कलप लावला आणि हे मिशांचे बुडखे इतक्यात पांढरे दिसायला लागले की काय? नाही, उगीच वाटलं ते. एकदा लावला म्हणजे पुन्हा पांढरा केस म्हणून आतूनच निघायचा नाही, असा जर मला कोणी कलप देईल तर मी त्याला केसागणिक रुपये मोजीन. (जिन्याकडे पाहून) आली वाटतं! (गडबडीने) दीक्षितांनी सांगितलेल्या तयारीत चुकलो नाही, ना पाहू एकदा –

करी झळके आंगठी ही हिऱ्याची ।
गळा कंठी लोळते मौक्तिकांची ।।

कर्णि बाळी आहेच कडे हाती ।
उंच वसने घेतली योग्य ती ती ।।

(आरशात पाहून) मघांच्या विचारांनी मुद्रा जरा निस्तेज दिसते. पण –

दीक्षित : (गडबडीने येऊन) श्रीमंत, आपण जाऊन आतल्या महालात बसा. कांचनभट इतक्यात मुलगी घेऊन येईल. वेळ मात्र चांगली मारून नेली पाहिजे. नाहीतर भोपळा फोडाल.

श्रीमंत : छे! ती भीतीच नको, पण तुम्ही आता वरचेवर तुमचे तोंड दाखवू नका. फक्त तिची आणि माझी गाठ घाला लवकर.

दीक्षित : आपण चला तर आत. मी इथेच उभा राहतो. (श्रीमंत जातात.) या भुजंगनाथानं श्रीमंतीचं नुसतं सोंग घेतलं आहे, तर याचा स्वभाव इतका लहरी झाला आहे. म्हणतो, 'फक्त तिची आणि माझी गाठ घाला.' हे साधायला काय युक्ती काढावी? आहा! ही आमच्याजवळ युक्तींची जंत्री असल्यावर काय कमी? (कांचनभट येतो. त्यास पाहून) या तुम्ही, कांचनभटजी, किती विलंब केलात बरं!

बरं, मुलगी कोठे आहे?

कांचन : खाली सुवर्णशास्त्र्यांच्या कुटुंबांनी थोडी बसवून घेतली आहे. श्रीमंताची मर्जी सुप्रसन्न आहे ना?

दीक्षित : अहो, नसते कधी! पण हो, बरं स्मरण झालं. आज मुलगी दाखवायला आणलीत, उत्तम केलंत. का, ते सांगतो. अहो, मुलगी अतोनात भित्री आहे, असा कोणी श्रीमंतांचा ग्रह करून ठेवला आहे.

कांचन : माझी शारदा भित्री! हे पाहा दीक्षित, नसती खोड काढून व्यापार मोडणं – व्यापार नव्हे - लग्न मोडणं हे श्रीमंतीलाही शोभत नाही आणि संभावितपणालाही उचित नाही. शारदेला भित्री कोण म्हणतो तो! आणा त्याला असा.

दीक्षित : अहो, विघ्नसंतोषी लोकांना उद्योग काय दुसरा! तुम्हाला त्यांच्याशी काय कर्तव्य? प्रत्यक्ष मी तुमची मुलगी पाहिली आहे ना? पण श्रीमंतांच्या मनात भरलेला संशय तर तसाच ठेवून सोय नाही! त्यांचं म्हणणं श्रीमतांच्या बायकांत भित्रेपणा असणं हा मोठ्यांतला मोठा दुर्गुण.

कांचन : आणि तुमच्या-आमच्या बायकांत त्याला गुण का मानतात? ते काही नाही. मीच आता श्रीमंतांना सांगतो, की स्त्री करायची म्हणजे जन्माची जोड पाहायची. ती प्रथमत:च नीट कसोशीनं पारखून केलेली चांगली.

दीक्षित : झालं! आणखी काय? आणि मी तरी रीतीविरुद्ध मुलीला इकडे दाखवायला घेऊन या म्हणून तुम्हाला सांगितलं ते याचकरिता. प्रथम काय ते होऊ द्या. जा, मुलीला हाक मारा. तिला आत नेऊन त्यांच्यासमोर बसवू आणि आपण बाहेर निघून येऊ. श्रीमंतांच्या प्रश्नाला उत्तर द्यायला तुमची मुलगी खंबीर आहे.

कांचन : हो हो! आहे म्हणजे? जातो तर, तिला घेऊन येतो. (जातो)

दीक्षित : मुलीचं लग्न करणं म्हणजे एक फायद्याचा व्यापार करणं, हे तत्त्व या भटाच्याच डोक्यात खरं उतरलेलं मी पाहिलं. (कांचनभट मुलगी घेऊन येतो) अहो भटजी, थांबा, मी आलो रस्ता दाखवायला.

[सर्व जातात. आतला महाल. श्रीमंत बसले आहेत. कांचनभट मुलीस घेऊन येतो. दीक्षित बरोबर येतो.]

कांचन : (नमस्कार करून) मुली ये अशी, इथे उभी राहा. श्रीमंत, ही भित्री आहे असं आपल्याला कोणी सांगितलं?

श्रीमंत : हे दीक्षित आणि हे तुम्ही! काय ते पाहून घ्या.

कांचन : वाहवा! दीक्षित, आपलाच का उद्योग हा? मग काय बोलायचं!

दीक्षित : श्रीमंतांचा उद्देश तुम्हाला समजला नाही भटजी. चला बाहेर, सर्व सांगतो. (स्वगत) श्रीमंतांनी आमच्याकडे बोट दाखवून आमच्या मंत्राचा आमच्यावरच

प्रयोग केला. (उघड) भटजी, चला.

श्रीमंत : दीक्षित, चाललात कुठं? थांबा. तुम्ही आमचा मोठा अपराध केलात. हिचं वर्णन करताना, तुम्ही हिचं अर्धअधिक सौंदर्य चोरून ठेवलंत ते ठेवलंत, शिवाय हिच्या नाजूकपणाची गोष्टसुद्धा सांगितली नाहीत. किती नाजूकपणा हा! संध्याकाळच्या कोवळ्या उन्हानंसुद्धा हिच्या मुखकमळाच्या पाकळ्या कशा तांबड्या होऊन गेल्या आहेत, पाहा. हसता काय?

दीक्षित : (हात जोडून) महाराजांनी क्षमा करावी. पाहा, किती दयाळू अंत:करण!

कांचन : हे काय विचारावं? मुली, पाहिलीस का आतापासून तुझी किती काळजी ती! तू भित्री आहेस असा यांचा समज आहे तेवढा नाहीसा कर. माझं यांच्याशी थोडं काम आहे.

शारदा : तुम्ही चालतात, पण बाबा, मी इथं एकटी कशी राहू?

कांचन : (हळूच) हाच, हाच तो भित्रेपणा. पुन्हा असं बोलू नकोस. मी हा आलोच. काय नाव-गाव विचारतील ते न भिता सांग म्हणजे झालं. ते काही खात नाहीत तुला. (दीक्षितांसह जातो)

शारदा : (स्वगत) बापाला माया कमी म्हणतात ते खरे.

श्रीमंत : (स्वगत) आता सुरुवात कशी करावी! मीच गांगरून गेल्यासारखा झालो आहे. (उघड) तू अशी उभी का? या सुखासनावर बैस. भिऊ नकोस, तुझंच घर आहे.

शारदा : (स्वगत) मला भिऊ नको म्हणतात आणि यांच्या अंगात कापरं भरलं आहे, हे कसलं? म्हातारपणाचं की काय?

श्रीमंत : तुझा-आमचा थोडक्यातच एकजीव व्हायचा आहे, म्हणून आतापासून थोडी थोडी लाज कमी कर. (जवळ जाऊन) हसत हसत माझ्याकडं पाहा बरं.

शारदा : (वर पाहून) अगं बाई! काय चमत्कारिक चेहरा दिसतो हा! इश्श! कपाळभर सारं आठ्यांचंच जाळं पसरलं आहे.

श्रीमंत : (स्वगत) माझ्याकडं पाहून हिनं तोंड फिरवलंन, तेव्हा कलपाची शंका आली की काय, हिला? (आरशात पाहतो)

शारदा : (स्वगत) आरशात काय पाहतो हा?

श्रीमंत : (स्वगत) मला वाटलं, एखादा पांढरा केस डोकावून पाहू लागला की काय? पण नाही. या हिरड्या मात्र नव्यानं सुजल्या. मला मोठं भय वाटतं या दातांच्या कवळीचं. आज बसावी तशी साफ बसली नाही. पण हे काय! याच नादात लागलो. (तिच्याजवळ जाऊन उघड) अजून नाही का बसलीस तू? बरं, तुझं नाव काय ते न लाजता मोठ्यानं सांग. अगदी भिऊ नकोस.

शारदा : माझं नाव शारदा.

श्रीमंत : काय सारजा? वा! नाव तरी किती गोड! सुंदर मुखातून, मधुर वाणीतून निघालेलं गोड नाव! मग काय विचारता! (मान डोलवीत राहतो)

शारदा : (स्वगत) मी सांगितलं शारदा आणि यांनी ऐकलं सारजा! वल्लरीनं म्हटलं, ते खरं. याला चांगलं ऐकायला येत नाही.

श्रीमंत : (जवळ जाऊन) बरं, आता वर पाहा आणि मी तुला आवडलो असं हास्यमुखानं सुचीव बरं!

शारदा : (स्वगत) हे लक्षण काही ठीक दिसत नाही.

श्रीमंत : तू का नाही वर पाहत, ते मी समजलो पण श्रीमंतांच्या बायकांना इतकी लाज नको. (तिचा हात धरून) तुझ्या मनात भरलो ना मी?

शारदा : (दूर होऊन) हां, हे काय? पाहायला आणलेल्या मुलीच्या अंगाला हात लावणं म्हणजे काय?

श्रीमंत : (हसत) आता कशी मोठ्यानं बोललीस! पण हेच हसत बोल, रागानं नको. बरं, लग्न झाल्यावर तुझ्या अंगावर दागिने घालायचे ते कसले पाहिजेत? हिऱ्याचे? का मोत्याचे? का पाचूचे? (पाठीवर हात फिरवून) जी हौस असेल ती सांग.

शारदा : (हात झिडकारून) हे पाहा, असा चावटपणा पुन्हा कराल तर मी मोठ्यानं ओरडून बाबांना हाक मारीन. पाहिलीत ना मला? जाते मी आता.

श्रीमंत : छे छे! नको नको नको! (स्वगत) बापाला काहीतरी भलतंच सांगेल. (उघड) छे छे! हे काय बरं, सारजे! तू जाऊ नकोस (तिला अडवितो). मी तो विनोद केला.

शारदा : (त्वेषाने) मला अशी अडवाल तर मी तुमच्या पायांशी कपाळ फोडून घेईन. सोडा मला. कोण आहे हो तिकडे?

श्रीमंत : नको, नको, तुझ्या पाया पडतो. ओरडू नकोस. पुन्हा तसं करायचा नाही. खोटं वाटत असेल तर या पाहा थोबाडीत मारून घेतो. (तसे करतो, दाताची कवळी अर्धी बाहेर पडते. गोंधळून जातो)

शारदा : (स्वगत) अगं बाई! हे काय? ही दातांची बसविलेली कवळी गालफडात मारून घेताना बाहेर आली वाटतं.

श्रीमंत : (स्वगत) पाहिलीन! पाहिलीन! हिनं पाहिलीन! आता हिला काय सांगावं! (तिच्याजवळ येऊन उघड) आमच्या राजवैद्यानं मला एक रसायन दिलं होतं, त्यानं माझे दात किडले, म्हणून मी ते काढून हे नवे बसविले होते. हे मी तुला लग्न झाल्यावर सांगणारच होतो; ते आजच आपोआप कळलं, छान झालं. कारण नवराबायकोत काही गुप्त राहू नये. खरं की नाही सांग? पण ही गोष्ट कोणापाशी बोलू नकोस हं. नाही ना बोलायचीस!

शारदा : माझी एक विनंती मान्य कराल तर नाही बोलायची.

श्रीमंत : कोणती विनंती?

शारदा : हीच, की आपण आपल्या तोलाच्या कोणातरी श्रीमंताच्या मुलीशी लग्न करावं.

श्रीमंत : आणि तुझ्याशी का नको?

शारदा : रेशमी शेल्याला सुताच्या दशीसारखी गरिबाची पोरगी मी शोभले तरी पाहिजे ना?

श्रीमंत : हेच ना कारण? हं! लग्न झाल्यावर श्रीमंतांची होशील.

शारदा : दुसरं एक आहे.

श्रीमंत : दुसरं कोणतं?

शारदा : सांगते, पण -

वाटू न द्यावा विषाद चित्ता ॥
सत्य दिसे ते वदते असता ॥
वये अजोबा माझे दिसता ॥
नात दिसे मी ही ॥

श्रीमंत : (खवळून) काय? मी वयानं आजोबा दिसतो का? म्हणजे अर्थात तू आम्हाला म्हातारा ठरविलंस! आमच्याशी असं उद्धटपणानं बोलायला तुम्हीच शिकवलंत का, असा जाऊन तुझ्या बापाला विचारतो.

शारदा : मला खरं वाटलं ते मी बोलले.

श्रीमंत : काय? काय? मी म्हातारा, हे तुला खरं वाटलं? तुम्हाला असंच वाटतं का, म्हणून कांचनभटाला विचारतो. (रागाने निघून जातो)

शारदा : देवा! हे काय झालं? करायला गेले एक आणि झालं भलतंच. आता बाबा संतापून माझी काय दशा करतील कोण जाणे!

कांचन : (घाईने येऊन) अगं कारटे! काय बोललीस त्यांना? नीट उत्तर दे, असं मी सांगितलं म्हणून तू माझी अशी खोड मोडलीस, वाटतं. चला आता घराकडे! (तिला मारीत ओढीत नेतो.)

●

(शारदा) गो. ब. देवल

◆

बहिरा प्रतिनायक

परिचय

'मूकनायक' हे 'शारदे'पेक्षा अगदी निराळ्या तऱ्हेचे नाटक आहे. कल्पनारम्यता हा त्याचा मुख्य विशेष आहे. त्याच्या कथानकाच्या स्थूल रूपरेषेवरून हे सहज लक्षात येईल.

या नाटकातला नायक विक्रांत हा एक जुन्या काळचा राजपुत्र आहे. त्याची मामेबहीण रोहिणी ही शरच्चंद्र राजाची पत्नी असते. शरच्चंद्राची बहीण सरोजिनी ही हुशार, सुंदर आणि अभिमानी अशी राजकन्या आहे. तिला मागणी घातली तर ती आपल्याला मिळू शकेल हे विक्रांतला ठाऊक असते. पण असले बाहुलाबाहुलीचे लग्न त्याला नापसंत असते. आपण कोण आहो याचा सरोजिनीला पत्ता लागू न देता, तिच्या सौंदर्याविषयीच्या लोकवार्ता किती खऱ्या आहेत हे पाहावे आणि तिचे प्रेम जिंकून आपण तिच्याशी विवाहबद्ध व्हावे असे त्याला वाटते. शेवटी तो शरच्चंद्राच्या नगरीत प्रवेश करतो तो मुक्या सेवकाच्या रूपानं! याबाबतीत योगायोगाचे त्याला बरेच साहाय्य होते. शरच्चंद्र राजा मद्यपानाच्या आहारी गेलेला असतो. त्याचा लुच्चा खुशमस्कऱ्या विकंठ त्याचे हे व्यसन वाढेल

असेच प्रयत्न करतो. एके दिवशी ते दोघे आपल्या सैनिकांच्या तळापासून दूर जाऊन मदिरापानात दंग होतात. ते बेभान झालेले पाहून काही मारेकरी त्यांच्यावर छापा घालतात. जवळपास कोणीही शिपाई नसतो. अशा वेळी विक्रांत राजाच्या मदतीला धावून जातो व मारेकऱ्यांना पिटाळून लावतो. राजा आपल्या उपकारकर्त्याला त्याचे नाव विचारतो. विक्रांताला ते चटकन सांगता येत नाही. राजा आपल्या मामेबहिणीचा नवरा असला तरी आपल्याला त्याने पुष्कळ वर्षांत पाहिलेले नाही ही गोष्ट त्याला ठाऊक असते. आपले नाव काय सांगावे या गोंधळात तो पडतो. लगेच खुशमस्कऱ्या विकंठ 'तू मुका आहेस काय?' असे त्याला विचारतो. साहजिकच वेळ मारून न्यायला ही युक्ती बरी आहे, असे वाटून विक्रांत मानेने होय म्हणतो. अशा रीतीने हा 'मुका नायक' निर्माण होतो.

विक्रांताच्या बरोबर फक्त त्याचा मित्र प्रतोद असतो. हे दोघेही शरच्चंद्राच्या पदरी नोकर म्हणून राहतात. आपल्या पतीला जीवदान देणारा थोर पुरुष, म्हणून विक्रांताला पाहण्याकरिता रोहिणी उत्सुक होते. तो तिच्यापुढे येतो तेव्हा ती त्याला चटकन ओळखते. सरोजिनीच्या परीक्षेकरिता आपले हे गुपित कुणालाही न सांगण्याविषयी तो आपल्या बहिणीला विनंती करतो. रोहिणी ती मान्य करते. पुढे विक्रांत सरोजिनीच्या महालात जातो. तो दिसण्यापूर्वी ती आपल्या भावाच्या मद्यपानाच्या व्यसनाविषयी दुःखीत मनाने विचार करीत बसलेली असते. 'मद्यपी जे जे असंबद्ध भाषण बरळतो, त्यापेक्षा मुके झालेले पुरवले', असे ती स्वतःशीच म्हणते आणि त्याच वेळी विक्रांत तिच्या दृष्टीला पडतो. लगेच ती उद्गारते, 'बाबा, तुझ्या मुकेपणाला शंभर वर्षे आयुष्य आहे.' पळाचाही विलंब न लावता विक्रांत उद्गारतो, 'छे! एक पळभरसुद्धा नाही.' कोल्हटकरांची कल्पकता, संवादचातुर्य, विनोदाच्या अनुषंगाने कथानकाचा विकास करण्याची शक्ती इत्यादी अनेक गुणांच्या दृष्टीने विक्रांत-सरोजिनीचा प्रवेश मोठा सुंदर व चटकदार वठला आहे. शेवटी या वाग्ययुद्धात सरोजिनीला हार खावी लागते. 'तुझ्यासारख्या दरिद्री सेवकाच्या प्रेमाचा मला स्वीकार करता येत नाही.' असे विक्रांताला तिला सांगता येत नाही, म्हणून ती एक पण लावते. तो मान्य करून तिच्या भावाला दारूच्या व्यसनातून मुक्त करण्याचा विक्रांत विडा उचलतो. त्याने हा विचित्र पण जिंकला की नाही, विक्रांताच्या

मुक्याच्या सोंगातून पुढे कोणकोणत्या गोष्टी निर्माण झाल्या, शरच्चंद्राचे दारूचे व्यसन कसे सुटले इत्यादी कुतूहलजनक प्रश्नांची उत्तरे कथानकाच्या पुढच्या विकासात दिग्दर्शित झाली आहेत.

खालील उतारा हा 'मूकनायका'च्या दुसऱ्या अंकाचा पहिला प्रवेश आहे. विक्रांत मुका सेवक म्हणून शरच्चंद्राकडे नोकरीला राहतो. त्या दिवशी दुसरा एक बहिरा मनुष्य विकंठाच्या मार्फत राजदरबारातली नोकरी मिळवितो. विक्रांत जेवढा मुका, तेवढाच तो बहिरा असतो. अंगदेशच्या केयूर राजाने मूर्ख शरच्चंद्राचे राज्य घशात घालण्याचा एक डाव रचलेला असतो. प्रथम तो मद्यपानाने बेहोश झालेल्या राजावर छापा घालतो. तो डाव फसताच बहिऱ्याचे सोंग घेऊन तो राजाच्या अंतरंगात प्रवेश मिळवितो. या प्रवेशात विक्रांताचा मित्र प्रतोद केयूराचे हे बहिऱ्याचे सोंग कसे उघडकीला आणतो हे मुख्यत: चित्रित करण्यात आले आहे. अशा रीतीने केयूराच्या कारस्थानाचा पत्ता लागल्यामुळे त्याचा व विकंठाचा डाव त्यांच्यावर उलटविणे आणि शरच्चंद्र राजाचे शत्रूपासून संरक्षण करणे पुढे विक्रांताला सोपे जाते. विनोदाच्या बळावर या सर्व प्रवेशाची रंगत नाटककाराने कशी साधली आहे हे पाहण्याजोगे आहे. सुंदर, सूचक आणि विनोदी संवादांनी भरलेले मराठी रंगभूमीवरले पहिले नाटक 'मूकनायक'च होय! विनोदी संवादांप्रमाणे त्यातली सुभाषिते मोठी आकर्षक आहेत. 'या जगात जितके म्हणून व्यवहार घडतात, त्यांच्यापैकी बहुतेकांच्या मुळाशी भीती नसून आशा असते', 'नेहमी तरुण पुरुष सौंदर्याकडे आणि वृद्ध लोक गुणांकडे फाजील लक्ष पुरवितात. या दोन दिशांच्या मधली दिशा जर स्वीकारण्यात येईल तर जगातल्या अर्ध्या दु:खाला फाटा मिळाला म्हणून समजावे', 'दया आणि प्रीती यांच्यामध्ये फारच थोडे अंतर असते' अशी वाक्ये या नाटकात ठिकठिकाणी आढळून येतात. गडकरी, वरेरकर, अत्रे वगैरेंच्या नाटकांत जी वैशिष्ट्ये दिसून येतात, त्यांचा उगम या नाटकात आहे. त्यामुळे शारदेइतकेच मराठी रंगभूमीला नवे वळण लावणारे नाटक असेच त्याचे वर्णन करणे उचित ठरेल.

वीणारव हे राजपुत्र विक्रांताने मुक्याच्या सोंगाबरोबर घेतलेले नाव. प्रतोद विक्रांताचा मित्र, तर केयूर त्याचा शत्रू. केयूर बहिऱ्याचे सोंग घेऊन मयूर या नावाने शरच्चंद्राच्या दरबारात वावरत असतो. विकंठ हा शरच्चंद्र राजाचा मद्यपानातला मित्र.

❖

[शरच्चंद्र, विक्रांत, विकंठ, केयूर, प्रतोद]

शरच्चंद्र : या आमच्या मुक्या वीराची कुमक आयत्या वेळी आली नसती तर या आजच्या उत्सवाबद्दल निराळाच देखावा या नगरात दिसला असता. विनोद, यांचे नाव काय?

प्रतोद : यांचे नाव वीणारव.

शरच्चंद्र : बरे, आमचे हे बधिर सेवक यांचे नाव काय?

विकंठ : (एकीकडे) याच्याकडून याचे नाव काढायचे म्हणजे कंठशोष करायला पाहिजे. (उघड) का हो, तुमचे नाव काय?

केयूर : मी हस्तिनापुराहून आलो.

विकंठ : (एकीकडे) यापेक्षा मोठ्याने प्रश्न विचारला पाहिजे. ज्याप्रमाणे गवई वीणेचा स्वर आपल्या स्वराबरहुकूम लावितात, त्याप्रमाणे हा बेटासुद्धा माझा आवाज आपल्या कानांशी मिळवून घेत आहे. (उघड) नाही म्हटले तुमचे अभिधान काय?

केयूर : चार दिवस झाले तेथून निघून.

विकंठ : (एकीकडे) छे! बोवा, त्रास आणला याने. (उघड) तसे नाही हो – मी म्हटले, तुम्हाला म्हणतात काय?

केयूर : तेथले हवा-पाणी? बरे आहे, जागोजाग विहिरी व तलाव बांधून पाण्याची रेलचेल केली आहे.

विकंठ : (एकीकडे) त्या विहिरीत या गाढवाला लोटून द्या एकदाचा. (उघड) तुम्हाला कोणत्या नावाने ओळखतात?

केयूर : माझे नाव होय? माझे नाव मयूर.

विकंठ : (एकीकडे) हा स्वर मला आता कायम करून ठेविला पाहिजे. (उघड) वाहवा! ही कितीतरी गमतीची गोष्ट आहे! ज्याच्या तोंडातून एक ब्रही निघायचा नाही त्याचे नाव वीणारव! आणि दुंदुभिनाद हा ज्याला कुजबुजण्याप्रमाणे वाटायचा त्याचे नाव मयूर. ही वीणारव-मयूरांची जोडी खाशी जमली आहे म्हणायची!

शरच्चंद्र : विकंठा, वीणारवाची अशा रीतीने थट्टा करणे तुला शोभत नाही.

विकंठ : मी याबद्दल आपली क्षमा मागतो.

केयूर : (मनात) या मूर्खाची चांगली फजितीच केली पाहिजे. (मोठ्याने हसतो)

विकंठ : का हो, एवढ्याने हसायला काय झाले?

केयूर : दुसरे काही नाही. आपले हे पोट पाहून मला मोठ्या नगाऱ्याची आठवण झाली. नगाऱ्याचा आवाज हा जसा युद्धारंभाचा द्योतक असतो त्याप्रमाणे

तुमचे पोट जेथे जेथे असेल, तेथे भांडणे सुरू व्हायची असे दिसते.

विकंठ : तुझ्यासारख्या बहिऱ्यावर रागावणे म्हणजे कालाचा अपव्यय केल्यासारखे होणार आहे, म्हणून मी हा तुझा अपराध पोटात घालतो.

केयूर : (एकीकडे) अशा अगडबंब पोटात एकच काय हजारो अपराध मावतील.

विकंठ : महाराज, अशा महोत्सवाचे वेळी एका वस्तूची फार आठवण येते. तिजवाचून सर्व शून्य वाटत आहे.

शरच्चंद्र : ती कोणती?

विकंठ : वारुणी.

शरच्चंद्र : त्या वारुणीचे नावही ऐकायला नको.

विकंठ : कालपासून आपण असे वैराग्य काय धारण केले आहे बरे? अहो, कालचा प्रसंग केवळ या मदिरेमुळे आला असे का आपणाला वाटते? ज्या वेळी ज्या गोष्टी होणार त्या कधी चुकायच्या नाहीत.

शरच्चंद्र : हे तत्त्वज्ञान मला कसे फिक्के वाटू लागले आहे. पाण्यात वडवाग्नी संचार करतो, हे ज्याला खोटे वाटत असेल, त्याने मद्य पाहिले नसले पाहिजे. जलरूप असून शरीर दग्ध कसे करावे हे याला पूर्णपणे माहीत आहे. मला वाटत होते की, राहूलाच डोके नाही. पण सर्व मद्यपी मस्तकविरहित राहू आहेत अशी माझी पक्की खात्री झाली आहे. तो अमृताचा वाटेकरी होऊ लागला म्हणून आपल्या मस्तकाला मुकला आणि आम्ही विषापेक्षा भयंकर सुरेचे सेवन करू पाहतो म्हणून आम्हीही मस्तके दवडून बसतो. मिळून अमृताची व विषाची लालसा करणारे एकाच दशेप्रत जातात.

विकंठ : मला तर वाटते, की मद्यामुळे मस्तक समतोल राहते.

शरच्चंद्र : मस्तक नाही, पण शरीर मात्र समतोल होते खरे. कारण जो जो उदर मोठे होत जाते, तो तो मस्तक हलके होत जाते.

विकंठ : पण मद्य हे समुद्रमंथनापासून निघालेले एक रत्न मानिले आहे.

शरच्चंद्र : त्याचप्रमाणे चाबकालाही चौदावे रत्न मानिले आहे. जो मद्य पिईल त्याने चाबकाचे प्रहार सोसण्यास तयार झाले पाहिजे. मजविषयी विचारशील तर मी आजपासून मद्याला अगदी शत्रूसारखे लेखणार.

विकंठ : माजी विनंती तरी हीच आहे की, आपण ते शत्रूप्रमाणे मानावे आणि इतर शत्रूंचा जसा आजपर्यंत फडशा पाडिला तसे याचे सेवन करून हेही जगातून नाहीसे करावे. महाराज, मी मद्यावर एक नुकताच चुटका रचिला आहे.

शरच्चंद्र : कोणता तो? मद्यापासून होणाऱ्या फायद्यामध्ये कवित्वशक्तीचा लाभही आहे, हे मला ठाऊक नव्हते.

विकंठ : ऐकावे, महाराज -

निबिड अशा या भवार्णवातुनि ।।
पोहुनि जाया शकट वारुणी ।।
किंवा चढण्याते सुरभुवनी ।।
नौका आहे वाटे मन्मनि ।।१।।

शरच्चंद्र : वा! काय हा उपमांचा सुकाळ आणि कल्पनांचा घोटाळा!

विकंठ :

स्त्रीच्या नयना उपमा देती ।।
मदिरेची पंडितकविपंक्ति ।।
दोघांठायी मोहकता ती ।।
तुल्य वसे जनि ऐशी कीर्ति ।।२।।

केयूर : (एकीकडे)

दोघांठायी दाहकता ती ।।
तुल्य वसे जनि ऐशी कीर्ति ।।

विकंठ : हा मयूर पाहा कसा आपल्याशीच पुटपुटतो आहे. ऐकायला येत नसले म्हणजे मनुष्य अशाच वेड्यासारख्या कृती करीत असतो. (मोठ्याने) मयूरा, काय पुटपुटतो आहेस?

केयूर : काही नाही. मघापासून तुम्ही हळूहळू कुजबुजत आहात; मजवर तुमचा भरवसा नाही काय?

विकंठ : बाबा, ब्रह्मदेवानेच तुझ्यावर बेभरवसा दाखविला आहे. मनुष्याकडे काय दोष?

शरच्चंद्र : विकंठा, तुला खरे सांगू? मी प्रियेला वचन देऊन चुकलो आहे. म्हणून हा तुझा उपदेश म्हणजे पालथ्या घागरीवर पाणी.

विकंठ : इतकेच ना? या कानाचे त्या कानाला न कळता मद्यसेवन करणे हे माझे काम. या तिघांचीसुद्धा विशेष भीती बाळगायला नको.

शरच्चंद्र : विकंठा, वचनभंग करण्याचा मला उपदेश करतोस? मी काळाच्या जबड्यातून निघालो म्हणून ती बिचारी निर्धास्त असेल आणि मी मात्र इकडे खुशाल तिच्या इच्छेविरुद्ध वर्तन करावे ना?

विकंठ : महाराज, आपणाला खरे सांगू? मद्यासारखे आसव एकदम सोडून

देऊ नये. दररोज मदिरा थोडी थोडी कमी करीत शेवटी तिला अजिबात फाटा द्यावा. आपण माझ्यावर सर्व हवाला ठेवून असा.

प्रतोद : (एकीकडे) चोराच्या हातात जामदारखान्याची किल्ली!

विकंठ : चला तर मग आता मदिरामंदिरात.

शरच्चंद्र : चल, बाबा. (एकीकडे) मदिरे. क्षणभर तुजविरुद्ध बोललो याची मला क्षमा कर! माझ्या मनात तुजविषयी मुळीच पाप नव्हते. माझे अंत:करण किती शुद्ध आहे याविषयी संशय असेल तर त्यात प्रवेश करून ते न्याहाळून पाहा. (उघड) वीणारवा, मला आपल्या हाताचा टेका दे पाहू.

[शरच्चंद्र, विक्रांत व विकंठ जातात.]

केयूर : (एकीकडे) काय चमत्कार आहे, पाहा! यवनराजाच्या पत्रावरून मी जे कार्य हाती घेतले त्याला दैव बरेच अनुकूल दिसते खरे.

प्रतोद : (मनात) आता कोणत्यातरी युक्तीने याच्या बहिरेपणाचे सोंग बाहेर काढले पाहिजे. (एक कागद काढून वाचू लागतो) हे नगर फार विस्तीर्ण असूनही याचा बंदोबस्त फार उत्तम रीतीने चालला आहे. शहराभोवती बळकट तट आहे. (मनात) पाहा, गुलामाचे कान कसे माझ्या शब्दांकडे लागले आहेत! आता आपला आवाज जरासा खालविला पाहिजे. (उघड) शहराच्या भोवती अफाट समुद्राप्रमाणे एक खंदक पसरला आहे. (मनात) हा अकलेचा खंदक हळूहळू जवळ येऊ लागला. (उघड) इतक्या सर्व गोष्टी खऱ्या, पण इतक्याही बंदोबस्तातून नकळत आत येण्यासारखे आहे. (मनात) या स्वारीने आपल्या कानाची आणि माझ्या तोंडाची भेट करण्याचे ठरविले आहे, वाटते. (मागे सरून) अबब! हा केवढा तरी सर्प!

केयूर : कुठे आहे? कुठे आहे तो?

प्रतोद : (त्यास हाताने धरून) हा पाहिलात का सर्प? नुकतीच याने आपली कात टाकिली.

केयूर : (मनात) बेट्याने काय करामत लढविली, पाहा! (मोठ्याने) मला ऐकू येत नाही, तुम्ही काय म्हणता, ते.

प्रतोद : आता हे ढोंग चालायचे नाही. जर का आपला बहिरेपणा मजपाशी एक पळभर टिकू द्याल तर तुम्ही खरेच बहिरे बनून जाल अशी मी राजवाड्यात ओरड करीन.

केयूर : मी पाया पडतो. असे काही करू नका.

प्रतोद : तर मग आपले खरे स्वरूप प्रकट करा. 'चोराच्या मनात चांदणे' ही म्हण लक्षात आहे ना?

केयूर : तिचा येथे काय संबंध?

प्रतोद : संबंध? पुष्कळ आहे. समजा, तुम्ही चोर आहात.

केयूर : मी? आणि चोर?

प्रतोद : चोरच नाहीतर काय? ही गोष्ट चोरून ठेवू लागला तर चोरच, पण ती कितीही छपवून ठेविली तरी शुभ्र चांदणे पडल्याप्रमाणे माझ्या दृष्टोत्पत्तीला येईल. हं, बोला.

केयूर : काल शरच्चंद्र राजावर हल्ला झाला, तो तुम्हाला माहीत आहेच. तो कोणी केला हे तुम्ही ताडले का?

प्रतोद : केला असेल कोणा तरी चोराने.

केयूर : हे पाहा, दुसऱ्यांदा तुम्ही मला चोर म्हटले.

प्रतोद : म्हणजे? तुम्ही तो घाला घातलात की काय?

केयूर : होय. मी आणि माझ्या शिपायांनी.

प्रतोद : अस्से अस्से! बरे, असे करण्याचे कारण?

केयूर : ते राजापाशी सांगणार नाही असे प्रथम वचन द्या.

प्रतोद : हे घ्या वचन. (तसे करितो)

केयूर : ऐका तर मग. अंगपूरचे राज्य तुम्हाला ठाऊक असेलच. तेथचा मी राजा. माझे नाव केयूर.

प्रतोद : बहिऱ्या महाराजांना माझा प्रणाम असो.

केयूर : या देशाचा सार्वभौम राजा व्हावे अशी इच्छा धरून मी बरोबर सैन्य घेतले आणि प्रथम सर्वांत बलिष्ठ मांडलिक राजा जिंकण्याच्या उद्योगाला लागलो. शरच्चंद्र व्यसनाधीन झाला आहे हे ऐकताच मला जास्तीच स्फुरण चढले आणि राजा बेसावध आणि तर्र झालेला पाहून मी एकदम त्याच्यावर आणि विकंठावर छापा घातला. आपले गुप्त व्यसन कोणासही कळू नये म्हणून त्यांनी परिवारही बरोबर घेतला नव्हता तेव्हा आम्हा चौघांनाच हल्ला करणे सोपे गेले. तो मुका आणि तुम्ही जर तेथे आला नसता तर सगळे साधले असते. असो; नंतर मला मंत्रिमंडळातही जाण्यास मज्जाव नसावा म्हणून मी बहिऱ्याचे मिष करून राजाची नोकरी धरली आणि या दुर्गम नगरात प्रवेश केला. तुम्हाला हे माझे गुह्य कळले, हे एका अर्थी माझ्या पथ्यावरच पडले आहे. कारण तुम्ही जर साहाय्य व्हाल, तर माझे निरोप मला माझ्या सेनापतीला कळवायला सापडतील. तुमच्याजवळ राजाने परवाना देऊन ठेविला आहेच.

प्रतोद : मी मोठ्या आनंदाने तुमचे काम करीन. (एकीकडे) म्हणजे पुरता नाश करीन. (उघड) शिवाय, तुमचा आणि माझा हेतू सारखाच आहे.

केयूर : तो कसा काय?

प्रतोद : शरच्चंद्राचा प्राण घेणे हे जसे तुमचे कर्तव्य, त्याचप्रमाणे त्या मुक्याचा प्राण घेणे हे माझे आहे.

केयूर : त्याच्याशी तुमचे वाकडे आहे वाटते?

प्रतोद : नुसते वाकडे नाही. मी त्याचा पक्का हाडवैरी आहे. त्याने माझे सर्वस्वी नुकसान केले आहे. म्हणून मी त्याच्या कच्छपी राहूसारखा लागलो आहे. बाह्यात्कारी मला स्नेहभाव दाखविलाच पाहिजे. अजून त्याच्या शक्तीपुढे माझे काही चालत नाही.

केयूर : तरीच तुम्ही नेहमी त्याच्या पाठीशी असता. असो. त्याने तुमचे कशाही तऱ्हेचे का नुकसान केले असेना, त्याचे तुमचे वैर आहे एवढी गोष्ट माझ्या बेताला पुरेशी आहे. आता दुसऱ्या इसमाला आपल्या कटात घेण्याचा माझा बेत आहे. तो कोण असेल ओळखा पाहू?

प्रतोद : थांबा, मी विचार करून पाहतो.

विकंठ : (सुरेच्या सुरईसह प्रवेश करून-मनात) शेवटी राजाने दारूच्या धुंदीत मला मुख्य प्रधान तर नेमलेच. जर का राजाचे व्यसन इतके लवकर सुटले असते, तर हा योग कदाचित जुळून आला नसता. असो! हा आनंद माझ्या पोटात मावेनासा झाला आहे. कोणापाशी तरी कधी ओकून टाकितो असे झाले आहे. राजाला तसेच मृतवत ठेवून मी बाहेर तर आलो. अरे, पण हे पाहा आमचे नवीन सेवक येथेच आहेत. यांनाच मी प्रथम माझ्या सुखाचे भागीदार करतो. मी त्यांना ही बातमी कळविताच ते 'महाराज, महाराज' म्हणून माझी पायधरणी करितील यात संशय नाही.

प्रतोद : माझा काही तर्क चालत नाही, पाहा.

केयूर : अहो, तो राजाचा खुशमस्कऱ्या विकंठ, त्याने राजाला सुरापानाचे व्यसन अधिक अधिक जडवून त्याच्या शरीराची आणि मनाची माती माती करून टाकिली आहे.

विकंठ : (एकीकडे) अरे लुच्चा, मला खुशमस्कऱ्या म्हणतोस काय? थांबा, लेकांनो! तुमचे सर्व बोलणे ऐकून घेऊन मग तुम्हाला धुळीला मिळवितो. खुशमस्कऱ्या!

प्रतोद : तो ढेरपोट्या विकंठ?

केयूर : होय, तोच मूर्खशिरोमणी! (दोघेही हसतात)

विकंठ : (एकीकडे) ढेरपोट्या! मूर्खशिरोमणी! आता माझ्या पोटात राग मावेनासा झाला आहे.

प्रतोद : केवढे हो त्याचे पोट! दारूच्या सुरईने आपल्या भक्ताला अगदी आपल्यासारखेच बनविले आहे. म्हणजे वरचा भाग अगदी पातळ आणि खालचा खूप सुजलेला. (हसतो)

विकंठ : (एकीकडे) अरे गाढवा, थांब. तुझाही खालचा भाग चाबूक मारून चांगला सुजवितो.

प्रतोद : मी पैजेने सांगतो की, काही दिवसांनी त्याची लांबी कोणती आणि रुंदी कोणती हे सांगता येणार नाही, इतक्या झपाट्याने त्याची रुंदी वाढत चाललेली आहे. स्वारी चालता चालता तिच्या शरीराचा प्रवास समोर होतो, त्यापेक्षा आडवाच जास्ती होतो.

केयूर : त्याच्या अंगात मेद जसा भरून गेला आहे तसा हाडांतही मूर्खपणा खिळून गेला आहे.

प्रतोद : आता लठ्ठपणामुळे हाडेच दिसण्याची मारामार. मग हाडांत खिळलेला मूर्खपणा दिसण्याची गोष्ट लांबच राहिली. इतके असून आपला मूर्खपणा दाखविण्याची त्याला जी काही हातोटी साधली आहे ती विलक्षण!

केयूर : या दीर्घ शहाण्यांना एकदा मुख्य प्रधान नेमावे म्हणजे राज्याची धूळधाण झालीच समजा.

विकंठ : (एकीकडे) प्रथम तुमची धूळधाण करतो आणि मग राज्याची.

प्रतोद : नाव मात्र विकंठ. पण आकंठपान केल्याशिवाय एक क्षण रिता जात नसेल.

विकंठ : (एकीकडे) तुम्हा दोघांनाही रक्ताने आकंठ स्नान घातले पाहिजे.

केयूर : आता तो मला भेटल्यावर मी त्याचे कान धरून त्याला आपल्या मसलतीत घेईन.

विकंठ : (मनात) आता नाहीच दम धरवत. (पुढे येऊन) हं, धर माझे कान, आणि घे पाहू मला मसलतीत!

प्रतोद आणि केयूर : कोण? विकंठ?

विकंठ : तोच बरे - मूर्खशिरोमणी, ढेरपोट्या विकंठ.

केयूर : एकवार आम्हाला क्षमा करा. आमचा काही तसा भावार्थ नव्हता.

विकंठ : माझे कान फुटले आहेत की काय? तू जसा बहिरा नाहीस तसा मीही नव्हे, समजलास? मला मुख्य प्रधान करावे अशी जी तू गमतीने इच्छा प्रदर्शित केलीस, तिजप्रमाणे मी खरोखरीच प्रधान झालो आहे. काही कारणामुळे यशोधन प्रधानावर राजाची खप्पा मर्जी होऊन त्याला काढण्यात आले आहे आणि त्याची रिकामी झालेली जागा मला देण्यात आली आहे.

प्रतोद : वा! योग्य जागी योग्य नेमणूक. (एकीकडे) म्हणजे जागाही रिकामी आणि डोके पण रिकामेच. (उघड) विकंठ, मुख्य प्रधानाची जागा तुम्हाला फार मोठी वाटते, पण हिच्यापेक्षा मोठी जागा तुम्हाला मिळवायची असेल तर तुम्ही आपला राग शांत करणार नाही का?

विकंठ : म्हणजे? मी नाही समजलो तुमच्या बोलण्याचा अर्थ.

प्रतोद : हे अंगदेशचे राजे केयूर. हा देश काबीज करण्याकरिता गुप्त वेशाने येथे आले आहेत.

विकंठ : असले बुदबळातले राजे मी पुष्कळ पाहिले आहेत. तुमच्या इतका लवकर फसला जाणार नाही.

प्रतोद : तुम्ही ज्या अर्थी प्रधान झाला आहात, त्या अर्थी इतकी सावधगिरी बाळगलीच पाहिजे.

केयूर : तुम्हाला संशय वाटत असेल तर ही पाहा नावाची मुद्रा.

विकंठ : (पाहून) आता माझा संशय दूर झाला. महाराजांची कामगिरी करायला मी एका पायावर तयार आहे.

केयूर : राजाला हे व्यसन अधिकाधिक लावायचे आणि गरज लागेल तेव्हा त्याजपासून हवे तसे परवाने घ्यायचे, इतके सध्या तुमचे काम आहे.

विकंठ : ते लागले माझ्याकडे.

●

(मूकनायक) श्री. कृ. कोल्हटकर

◆

हे पोट फेकून दिले!

परिचय

खाडिलकरांच्या 'सत्त्वपरीक्षा या पौराणिक नाटकातून खालील वेचा घेतला आहे. या नाटकाचा हेतू स्पष्ट करताना प्रस्तावनेत खाडिलकर म्हणतात, 'आपल्या आचरणाने इतरांना धडा घालून देण्याची जबाबदारी ज्यांच्यावर येते त्यांनी प्रतिपालनाचे सत्यव्रत का व कसे सांभाळावे या प्रश्नाचे दृश्य उत्तर सत्त्वप्रतिज्ञ राजा हरिश्चंद्र, पतिव्रता राणी तारामती व आईबापांच्या आत्मयज्ञात स्वत:च्या प्राणाची आहुती देणारा राजपुत्र रोहिदास यांच्या वीर व करुण रसांच्या मूर्तींनी 'सत्त्वपरीक्षा' नाटकात दिले आहे.'

हरिश्चंद्राची कथा हा सत्यासाठी सर्वस्वाचा त्याग करण्याची शिकवण देणाऱ्या भारतीय संस्कृतीच्या मंदिरातला एक उज्ज्वल नंदादीप आहे. ती कथा आधुनिक काळाला अनुरूप व्हावी आणि तिच्यातले नाट्य अधिक परिणामकारक ठरावे म्हणून नाटककाराने तिच्यात अनेक बदल केले आहेत. मूळच्या पौराणिक कथेत हरिश्चंद्र स्वप्नात राज्यदान करतो. 'सत्त्वपरीक्षा' नाटकात भर दरबारात विश्वामित्र येतो व हरिश्चंद्राला मागच्या एका वचनाची आठवण

देऊन, 'तुझी भार्या व तुझा पुत्र ही वगळून तुझ्या राज्यासकट जेवढी म्हणून तुझी संपत्ती व मालमत्ता आहे ती सर्व या विश्वामित्राच्या चरणांवर अर्पण कर', अशी मागणी त्याच्याकडे करतो. सत्यप्रतिज्ञ हरिश्चंद्र लगेच सिंहासनावरून उठतो आणि राजमुकुट विश्वामित्राच्या चरणांवर ठेवून म्हणतो, 'ऋषिवर, माझी सर्व सत्ता, माझी सर्व संपत्ती, माझी सर्व मालमत्ता आपणास अर्पण केली आहे; ज्या वस्तूला यत्किंचितही किंमत आहे व जी माझ्या मालकीची आहे, ती वस्तू आपणास दिली आहे आणि या दानाची मूर्तिमंत साक्ष म्हणून या क्षणाला हा राजमुकुट आपले चरणांवर ठेवीत आहे.'

पण हरिश्चंद्राने राज्यदान केले, तरी दक्षिणेशिवाय दान निष्फळ होत असल्यामुळे विश्वामित्राची एक हजार मोहरांची दक्षिणेची मागणी पुरी करण्याकरिता तो बायको व मुलगा यांच्यासह काशीला येतो. तिथे कष्ट करून आपण हजार मोहरा मिळवू शकू, अशी त्याची कल्पना असते. तो म्हणतो, 'मी काशीस भीक मागायला, अन्नछत्रात जेवायला किंवा सदावर्ते खायला आलो नाही. स्वकष्टाने उद्योगधंदा करून, स्वकीयांचा चरितार्थ चालविणे व सत्याच्या ऋणातून मुक्त होणे, हा आम्हा क्षत्रियांचा धर्म आहे.'

पण काशीला हरिश्चंद्रासारख्या शूर क्षत्रियाला धंदा मिळतो तो चित्रगुप्ताच्या वखारीत लाकडे फोडण्याचा आणि मोळ्या विकण्याचा. तारामतीला काम करावे लागते ते चित्रगुप्ताच्या बायकोच्या अन्नपूर्णागृहात चुलीपाशी बसण्याचे! अशा कामांनी का कुठे शेकडो मोहरा शिलकीत पडतात? शेवटी विश्वामित्राच्या पाचशे मोहरांचा पहिला हप्ता देण्याचा दिवस उजाडतो. गुलामांच्या चौकात तारामतीचा लिलाव होतो. सुवर्णदासी नावाची श्रीमंत बाई तिला विकत घेते. ही राजाची राणी विकत घेण्यात घटकाभर करमणूक व्हावी असा तिचा हेतू असतो. पण तारामती आपल्या दुःखात चूर असल्यामुळे तो साध्य होत नाही.

अशा स्थितीत उरलेल्या पाचशे मोहरा देण्याचा दिवस मावळू लागलेला असतो. उपासाने क्षीण आणि तापाने म्लान झालेल्या रोहिदासाला घेऊन तारामती रस्त्याने जात असताना हरिश्चंद्र त्यांना भेटायला येतो. त्याच दिवशी सुवर्णदासीने मेवामिठाईची व फराळाची शंभर दुकाने लुटण्याचे उदक सोडलेले असते. सर्व लोक दुकानातली पक्वान्ने लुटण्यात आणि खाण्यात दंग होऊन जातात. पण तीन

दिवसांचा उपाशी रोहिदास त्यातल्या कणालासुद्धा स्पर्श करीत नाही.

ही सर्व पार्श्वभूमी लक्षात घेऊन खालील प्रवेश वाचला म्हणजे कथेतल्या नाट्याचा उत्कर्ष साधण्याचे आणि तिच्या मुळाशी असलेल्या तत्त्वाचे परिणामकारक प्रतिपादन करण्याचे खाडिलकरांचे सामर्थ्य सहज प्रत्ययाला येईल.

[तारामती व रोहिदास. हरिश्चंद्र येतो.]

हरिश्चंद्र : तारामती, बरी गाठ पडली. अन्नदानाच्या या समारंभात तुमची व माझी चुकामूक होते की काय असे मला वाटले होते! रोहिदासाचा चेहरा परवाप्रमाणे आज फिक्कट दिसत नाही. मिष्टान्नाची लाली आज माझ्या बाळाच्या चेहऱ्यावर दिसत आहे. तारामती, तुझ्या मालकिणीने तुम्हा दोघांना आज मिष्ट अन्न खाऊ घातले ना? बरे झाले. मुलाचा सुखी मुखचंद्र तरी मला या वेळी पाहायला मिळाला. गुलाम म्हणून स्वतःची विक्री करण्याकरिता मी आता विश्वामित्राकडे निघालो आहे. - तुम्ही सुखी आहात— धनाढ्याच्या घरी पडला आहात— खाण्यापिण्याला तुम्हाला कमी नाही— रोहिदासा, ये जवळ ये. तुझ्या मालकिणीने नाना प्रकारची पक्वान्ने खाऊ घालून तुझे पोट जरी या वेळी गच्च भरून टाकले असले तरी माझ्या हातांना एवढा हा भाकरीचा तुकडा तुझ्या तोंडात घालू दे. (रोहिदासाला जवळ घेऊन) हे काय? पेटलेल्या निखाऱ्याप्रमाणे याचे हात कढत कसे लागतात?

तारा : महाराज, आपला मुलगा तीन दिवसांचा उपाशी आहे आणि भुकेच्या आगीने त्याच्या सर्व देहाला ग्रासून टाकले आहे.

रोहि : नाही हो बाबा, नाही. — मला भूकच लागली नाही- आणि हे बघा, मला भूक लागायची पण नाही. या पक्वान्नांकडे मी भुकेच्या दृष्टीने पाहिले नाही; अन्नदान होत असताना आशाळभूताप्रमाणे मी मालकिणीच्या पुढे उभा राहिलो नाही किंवा या पक्वान्नांच्या बाजारातून आमची धिंड निघाली असता भुकेच्या दैन्याचा शब्द मी कोणापाशीच - आईपाशी- बोललो नाही. सांग ना आई, मी भूक लागली, म्हणून म्हटले का?

हरि : तारामती, आज गुलामगिरीत प्रत्यक्ष शिरण्याचे वेळी रोहिदास माझा गुरू झाला आहे — अन्नाच्या राशी सभोवती पडल्या असताना ज्या धैर्याने हा आमच्या घराण्याची लाज राखतो आहे, ते याचे धैर्य कोणाला मार्गदर्शक होणार नाही?

तारा : (रोहिदासाचे चुंबन घेऊन) बाळा, तू आज पितृऋणातून मुक्त झाला आहेस.

हरि : रोहिदासा, ये-गुरुदक्षिणा देऊन मला तुझ्या ऋणातून मुक्त होऊ दे. (जळकी भाकरी पदरातून सोडून त्याच्या हातावर ठेवू लागतो) तुझ्या शरीराचे संगोपन करणे हे माझे कर्तव्यकर्म आहे. म्हणून मी मिळविलेल्या पिठाची ही शेवटची भाकरी मी तुझ्या हातांवर ठेवीत नाहीतर विश्वामित्रांचे देणे न चुकविता मला जे काही तुला देता येण्यासारखे आहे ते सर्व मी तुला आज गुरुदक्षिणा म्हणून देत आहे. (भाकरी हातावर ठेवतो)

रोहि : आई, आता मला भूक लागली. तुला पाहिजे का यातला चतकोर? बाबा, तुम्ही अर्धी खा, - मी एक चतकोर खातो आणि आईला एक चतकोर खाऊ दे. (तशी वाटणी करून देतो)

हरि : माझ्या या बालगुरूचा प्रसाद पुढील कष्ट सोसण्यास माझ्या शरीरात बल आणू दे. (हरिश्चंद्र व रोहिदास खाऊ लागतात)

तारा : हट्टी आणि करारी पुरुषांची ही जात दुसऱ्यांच्या मिष्टान्नाला पायांखालच्या मातीप्रमाणे तुच्छ मानून, करपलेल्या स्वत:च्या भाकरीचे हे कोळसे मिष्टान्नाप्रमाणे मिटक्या मारीत खात आहे!

रोहि : आई, तू खा गं ती भाकरी; तुला नाही का भूक लागली? तुझ्या वाटणीला जळकाच चतकोर गेला होय?

तारा : नाही, बाळा. मला भूकच लागली नाही.

हरि : तारामती, रोहिदासासाठी ही चांदोली मी ज्या वेळी भाजू लागलो, त्या वेळी अस्तमानाकडे कललेला हा सूर्य क्षितिजाखाली जाण्यापूर्वी तुझी विक्री झाली पाहिजे, असा निरोप मला विश्वामित्राकडून आला. या काशीच्या बाजारात मला कोण विकत घेणार? चित्रगुप्ताशिवाय व डोंबाशिवाय मला गिऱ्हाईक दिसले नाही. त्या दोघांना मी भेटलो, अधिक किंमत देणाराची मालकी पत्करण्याचे मी कबूल केले आणि मोहर, अर्धी मोहर, पाव मोहर जी काय माझी किंमत येणार असेल, ती घेऊन विश्वामित्राकडे आताच्या आता या म्हणून त्यांना विनंती केली. त्या घाईमुळे, रोहिदासा, तुझी चांदोली सबंधच्या सबंध माझ्या हातून करपली गेली!

रोहि : नाही बाबा, ती करपलेली नाही - बाहेरून काळी दिसते आहे, इतकेच. असला खाऊ मी कधीच खाल्ला नव्हता. आई, तू खाऊन बघ गं, एक तुकडा.

तारा : भाकरीचा हा कोळसा आणि ह्यात ह्याला अमृताचा घडा सापडावा अं? खडकात पाणी नाही का लागत? देवाने माझ्या बाळासाठी हे दिव्य औषधच पाठवून दिले. मला इतके दिवस वाटत होते, आपल्या हाडारक्ताचे दूध करणारी स्त्रीजात जर जगात नसती तर लहान मुलांचे संगोपन कसे होते? या भाकरीच्या तुकड्यांनी - या जळक्या कोळशांनी स्त्रीजातीची ही घमेंड दूर केली आहे. माझ्या हातातील ही भाकरी मातांची माता झाली आहे. या भाकरीला ओठ लावण्याची माझी योग्यता

नाही. या आईच्या आईला देव्हाऱ्यात ठेवून मजसारख्या अबलेने पूजले पाहिजे. मातेच्या कर्तव्यातही बाळा रोहिदासा, तुझ्या पित्याने आम्हा बायकांना आज अबला ठरविले आहे. महाराज, काशीच्या बाजारात आपल्या गुणांची किंमत आज कदाचित एक मोहरही होणार नाही, पण आपल्या हातच्या या चतकोर भाकरीच्या पासंगाला विश्वातील सर्व संपत्तीही पुरणार नाही. वीरांची उत्पत्ती, वीरांचे संगोपन व वीरांचे तेजोवर्धन या असल्या स्वकष्टाच्या भाकरी करीत असतात! परान्नावर पुष्ट होऊन खोट्या सुखाने गुंगणाऱ्या काशीनगरीतल्या ब्राह्मणांनो, स्वकष्टार्जित भाकरीचे माहात्म्य जर तुम्हाला समजेल, तर सर्व विश्वाच्या मुळाशी असलेली ती जीवन-शक्ती या भाकरीच्या कोळशात अमृताचा झरा उत्पन्न करणारी ती आदिशक्ती- तुमच्या घरादारांतून नांदू लागेल. विश्वामित्रा, ये आणि माझ्या हातांतील हरिश्चंद्राच्या संपत्तीचा हा प्रभाव पाहा. (विश्वामित्र येतो)

विश्वा : हरिश्चंद्राची कोणती संपत्ती? माझ्या पाचशे मोहरा, बाई, हरिश्चंद्राने जादूने उत्पन्न केल्या आहेत काय? - हरिश्चंद्रा, परमेश्वरी सृष्टीत माझे वर्चस्व जेव्हा मला मनासारखे स्थापता येईना, तेव्हा बायकांपासून उत्पन्न होणाऱ्या या मानवजातीवर ताण करण्याकरिता वृक्षातूनच मनुष्य उत्पन्न करण्याचा मी उद्योग केला; तशाच प्रकारचा एखादा उद्योग करून तू हरिश्चंद्रा, मोहरांची अघटित टाकसाळ घातली आहेस काय?

हरि : महाराज, असल्या चंचल मार्गाने जाऊन अखेरीस स्वतःची फजिती करून घेणारा हा हरिश्चंद्र नव्हे. वसिष्ठगुरूने मला तसला धडा शिकविलाच नाही. किमयेच्या मंत्राने मोहरा पाडण्याचा नाद मला नाही; जुगाराच्या जोरावर जामदारखाना वाढविण्याचा हव्यास मला नाही; काशीनगरीतला बहुजनसमाज हाच माझा जुगार. निरनिराळ्या मनोवृत्तींना संतोषित करण्याकरिता हाडांची काडे करणे हेच माझे फासे. आत्म्याची संयमन-शक्ती हीच माझी किमया! विश्वामित्रमहर्षे, या संपत्तीपुढे मोहरांनी, हिऱ्यांनी व मोत्यांनी मोजता येणारे वैभव फिक्के पडत नाही काय?

रोहि : बाबांच्या या अपार संपत्तीतील सुख चाखण्यात आम्ही गुंग झालो आहो; आपणांस याची चव जर घ्यायची असेल — अतिथी या नात्याने आपला हक्कही आहे - माझ्या हातात शिल्लक असलेला चतकोर मी आपणास आनंदाने देतो. (विश्वामित्रास देतो.)

विश्वा : (भाकरी झिडकारून) पोरा, मला हिणवतोय काय? — हरिश्चंद्रा, स्वतःच्या कष्टावर कर्ज फेडण्याच्या तुझ्या घमेंडीचा हा परिणाम पाहा, धड चतकोर भाकरीही तुझ्या या उपाशी मुलाला खाववत नाही. बालहत्या आणि स्त्रीहत्या करण्याच्या पंथाला तू लागला आहेस. नाना प्रकारच्या रसांनी ओथंबलेली पक्वान्ने जिभेपुढे आली असताना त्यांचा अव्हेर करणे आणि भाकरीच्या कोळशात सर्व

रसांची स्थापना भ्रमिष्ट बुद्धीच्या जोरावर करणे यात कोणता पुरुषार्थ आहे हेच मला समजत नाही. खरोखर वाटते रोहिदासा, त्या कोळशात अमृत आहेसे?

रोहि : माझी जीभ तर अमृताच्या झऱ्याला बिलगली आहे!

विश्वा : हरिश्चंद्रा, हा सूर्य अस्ताला चालला; तुझा मालक कोण होणार, ते मला सांग.

[चित्रगुप्त व डोंब येतात]

चित्र : एक मोहरेहून अधिक किमतीला हरिश्चंद्राला विकत घेण्याचा तुला अधिकार काय?

डोंब : माझ्या इच्छेला येईल तेवढ्या किमतीला मी त्याला विकत घेईन. हरिश्चंद्र स्वत:ला विकणार व मी विकत घेणार; एवढ्याला तेवढ्यालाच तुम्ही सांगणार कोण?

हरि : बरे आलात वेळेवर. विश्वामित्रमहर्षीही येथे हजर आहेत. सूर्य अस्ताला जाण्यापूर्वी मी गुलामगिरीत शिरायला तयार आहे. मला विकत घेण्याची इच्छा धरणारे हे दोनच गृहस्थ काशीनगरीत आहेत, या दोघांपैकी जो अधिक किंमत देईल, त्याला त्याच क्षणी मी स्वत:स विकण्यास तयार आहे.

चित्र : याचा पूर्वीचा सवाल एक मोहरच आहे. एक मोहरेहून अधिक बोलायला याला तोंडच नाही. - माझा सवाल एक मोहरेवर एक कवडी.

डोंब : आपण त्या वेळी हरिश्चंद्राची शून्यच किंमत केली होती. माझ्या वखारीत लाकूड फोडण्याची जरुरी मला नाही, तर माझ्या मालकीचे महास्मशान संरक्षण करणाऱ्या व शिरच्छेदाची ज्यांना शिक्षा झालेली असते, त्यांचे शिर धडापासून एका घावात दूर करण्याच्या माझ्या हक्काची अंमलबजावणी करणाऱ्या सेवकाची मला जरुरी आहे. आजकाल काशीच्या आसपास यात्रेकरूंना लुटण्याचा धंदा माजलेला असल्यामुळे लायक, धीट सेवक मला मिळत नाही म्हणून म्हणतो भटजी, या कामी तुम्ही माझी वरचढ करू नका. तुमच्या वखारीच्या धंद्याचे आड येण्याकरिता मी हरिश्चंद्राला विकत घेत नाही. मला धीट नोकर पाहिजे आहे. माझा सवाल शंभर मोहरा.

चित्र : अरे, बाप रे! शंभर मोहरा? यात्रेकरूंची लुटालूट करणाऱ्या चोरांचा तू गुप्तनायक दिसतोस! कोठून आल्या तुझ्यापाशी शंभर मोहरा? दाखीव हिशेबाच्या वह्या, नाहीतर माझ्या वह्या पाहा आणि गप्प बैस. माझा सवाल शंभर मोहरांवर एक कवडी. अरे, एका कवडीने तुझी खोडकी मोडतो.

डोंब : माझा सवाल दोनशे मोहरा.

चित्र : दोनशे मोहरा! दिवाळे काढण्याचा विचार दिसतो! अरे, दोनशे मोहरा

म्हणजे किती होतात, काही गणित येते? अरे, दोनदा शंभर मोजावे लागतात - एकदा नाही मोजायचे, दोनदा मोजायचे! अगोदर कारकून हो! आणि मग सवाल बोलायला ये.

डोंब : माझा सवाल दोनशे मोहरा.

चित्र : आता उगीच अधिक बोलू नकोस. माझा सवाल दोनशेवर एक कवडी.

डोंब : माझा सवाल तीनशे मोहरा.

चित्र : हं! आज तू अगदी हातघाईवर आलास. तुला एक बिंग सांगतो – राजेलोकांचे डोळे जसे पापी असतात, तशी जीभही चवचाल असते. या बाईला आणि या पोराला खादीला घालता घालता सुवर्णदासी अगदी मेटाकुटीस आली आहे आणि उद्यापासून या पोरट्याला घरातून हाकून देणार आहे. मग तुला त्याला पोसावे लागेल. दहा इसमांचे अन्न एकटेच हे कारटे खाऊन जाते! - आता लिलाव वाढवू नकोस. माझा सवाल तीनशे मोहरांवर एक कवडी.

डोंब : माझा सवाल चारशे मोहरा.

हरि : मला पाचशे मोहरांची जरुरी आहे. मला ऋणमुक्त होऊन गुलामगिरीत शिरू द्या.

रोहि : डोंबा, माझ्या बाबांना पाचशे मोहरांना विकत घे व त्यांचे हातून विश्वामित्राचे ऋण फिटू दे.

चित्र : पाचशे मोहरा देऊन तू काही न खाता जगतोस? माझी एकही कवडी अधिक नाही.

डोंब : माझा चारशे मोहरांचा सवाल आहे.

हरि : ऋणमुक्त होऊन मग गुलामगिरीत मला शिरू द्या.

रोहि : बा डोंबा, माझा बाबांना पाचशे मोहरांना विकत घे व त्यांचे हातून विश्वामित्राचे ऋण फिटू द्या.

चित्र : ते सगळे खरे, पण कारट्या, तुझे पोट आडवे येते आहे ना? तुझ्या पोटाचे तू काय करणार?

रोहि : माझ्या पोटाचे मी काय करणार? हे पोट फेकून दिले. (भाकरी फेकून देतो) बा डोंबा, माझ्या बाबांना पाचशे मोहरांना विकत घे आणि त्यांच्या हातून विश्वामित्राचे ऋण फिटू द्या - मुलाने बापाचे ऋण डोक्यावर घ्यावे लागते, पण माझ्यामुळे व माझ्या भुकेमुळे बाबांची किंमत कमी होते आहेसे दिसते. बा डोंबा, माझे लोढणे तुझ्या गळ्यात पडायचे नाही. या विश्वमित्रमहर्षींच्या पायांना साक्षी ठेवून मी प्रतिज्ञा करतो, या माझ्या पुण्यशील आईच्या पायांची शपथ घेऊन मी प्रतिज्ञा करतो, या माझ्या सत्यप्रतिज्ञ पित्याच्या पायांची शपथ घेऊन मी प्रतिज्ञा करतो, माझी आई व माझे बाबा गुलामगिरीत असेतो अन्नाचा एकही कण माझी

जीभ पोटात लोटणार नाही.

तारा : बाळा, कशाला ही प्रतिज्ञा करतोस?

रोहि : होय आई, तुझ्या गळ्याची शपथ वाहून मी प्रतिज्ञा करतो, तुम्ही दोघे गुलामगिरीत असेतो अन्नाचा एकही कण माझी जीभ पोटात लोटणार नाही.

हरि : रोहिदासा, हे काय आरंभिले आहेस?

डोंब : माझा सवाल पाचशे मोहरा.

हरि : मी मला पाचशे मोहरांना या डोंबाला विकले आहे.

चित्र : माझी वर एक कवडी आहे ना?

डोंब : माझी खरेदी पुरती झाली. मी अगोदर पाचशे मोहरा बोललो व लगेच विक्री झाली.

चित्र : अगोदर कसा बोलशील? ही पहा हिशेबाची वही; मी अगोदरच पाचशे मोहरा विश्वामित्राचे नावाने जमा लिहिल्या आहेत व हरिश्चंद्राला विकत घेतले म्हणून लिहिले आहे. प्रथम जमाखर्च लिहिला आणि मग येथे आलो! या जमाखर्चाचे जोरावर हरिश्चंद्र माझा गुलाम झाला पाहिजे.

विश्वा : पाचशे मोहरा बरोबर आणल्या आहेत का?

चित्र : आपल्या नावाने जमा लिहिल्या आहेत; द्यायला कशाला पाहिजे? – पैसेच जर मोजून टिचायचे, तर जगात जमाखर्चाच्या वह्या पाहिजेत कशाला?

विश्वा : आपण पाचशे मोहरांची रक्कम आणली आहे काय?

डोंब : ह्या पाचशे मोहरा. (थैली देतो)

विश्वा : (थैली घेऊन) डोंबा, या क्षणापासून हरिश्चंद्र तुझा गुलाम झाला आहे. हरिश्चंद्रा, तू माझे देणे दिलेस; मी तुला सोडले नव्हे, तर तू माझे देणे दिलेस.

तारा : महर्षे, ह्यांना सत्यप्रतिज्ञ असे आता म्हणण्यास हरकत नाही.

विश्वा : अजून नाही. दुसरा करार करून, पहिला करार याने पुरा केला आहे. तुझ्या जिवंतपणाच्या स्मशानयात्रेस तू आता आरंभ कर. माझा आणि तुझा करार संपला, पण हा गुलामगिरीचा दुसरा करार पहिल्या कराराहून अधिक कठीण आहे. हा पुरा करिताना माझ्या मदतीची जर तुला जरुरी वाटली तर तू मला हाक मारण्यास विसरू नकोस. मी तुझ्यावर दया करायची व ती तू घ्यायची अशातला भाग उरलाच नाही. मला तुला इतकेच सांगणे आहे, स्मशानात उपरती होण्याची जर वेळ आली तर दया भाकण्यात, या डोंबाची दया भाकण्यात कमीपणा मानू नकोस! (जातो)

चित्र : (स्वगत) या विश्वामित्राला पाचशे मोहरा रोख मिळाल्या आहेत; माझ्या पेढीत ठेव ठेवतो का, खटपट केली पाहिजे; नाहीतर धुनीजवळून एखादा चोर चोरून न्यायचा. (जातो)

डोंब : हरिश्चंद्रा, ही सायंकाळची वेळ स्मशानात प्रवेश करण्यास शुभ समजली जाते; तर असाच माझ्या मागोमाग ये. म्हणजे महास्मशानातील पहारेकऱ्याचे काम शुभमुहूर्तावर आरंभल्यासारखे होईल. (जातो)

हरि. : जा तारामती जा; तुझ्या मालकिणीच्या घरी जा. जा बाळा रोहिदासा, जा तुझ्या आईबरोबर जा. माझ्या नव्या धन्याचे आज्ञेप्रमाणे मला स्मशानातील कामास आरंभ करू द्या. अपरिहार्य प्रसंगाबद्दल रोजचे रोज खेद करीत बसून तारामती काय उपयोग?

तारा. : महाराज, या मुलाने अन्न वर्ज्य केले. कसे याचे संगोपन करू?

हरि. : बाळा रोहिदासा, माझ्या हातून जी प्रतिज्ञा करवली नसती तसली प्रतिज्ञा तू या वेळी केलीस! सर्व पिढ्यांचा तू उद्धार केलास. तारामती, अन्नसेवन न करणाऱ्या प्राणांचे संगोपन परमेश्वर जसे करितो तसे रोहिदासाचे संगोपन करण्याची शक्ती तुझ्या प्रेमात सत्याचरणाने उत्पन्न होईल आणि मग रोहिदास लवकरच स्वयंसिद्ध होऊन आम्हा दोघांना गुलामगिरीतून सोडवील. अगं, हा पराक्रमी ठरला तर आम्हाला गुलामगिरीतून सोडविणार. सोडवशील ना, बाळा?

रोहि. : हो हो, सोडवीन. आई, रडू नकोस. रोज सकाळी मला कुरवाळीत जा, म्हणजे मला ताप येणार नाही आणि बाबा, तुम्ही मला रोज भेटून मुके घ्या, म्हणजे मला भूकच लागणार नाही. तुम्ही नाही आलात तर स्मशानात मी येईन भेटायला.

हरि : आता महास्मशानातच आपल्या गाठी पडायच्या! जा तारामती, आपल्या मालकिणीच्या घरी जा. काशीविश्वेश्वरा, तुझ्या सन्निध स्मशानात वास करण्यास येत असताना माझी एवढीच प्रार्थना आहे, तारामतीच्या व माझ्या हातापायांत भरपूर बळ ठेव; पाचपाचशे मोहरांना विकत घेतलेल्या या दासांनी किमतीहून अधिक कष्ट धन्यांच्या घरी केले असे सहज उद्गार आमच्या मालकांच्या तोंडून निघू देत आणि मग अशा रीतीने या गुलामगिरीच्या करारातून सेवेने मुक्त झाल्यावर देवा तुझ्या घरचे आमंत्रण या देहांना येऊ दे.

●

(राजसंन्यास) रा. ग. गडकरी
(भूमिकन्या सीता) भा. वि. वरेरकर
(कवडीचुंबक) प्र.के. अत्रे
(आशीर्वाद) मो. ग.रांगणेकर
(दूरचे दिवे) वि. वा. शिरवाडकर

(सत्वपरिक्षा) कृ. प्र. खाडिलकर

◆

भोळा भाव-सिद्धीस जाव!

परिचय

गडकऱ्यांनी लेखनाला प्रारंभ केला कवी म्हणून आणि पुढे त्यांनी नाट्यक्षेत्रात पदार्पण केले ते प्रफुल्लित झालेली आपली काव्यप्रतिभा बरोबर घेऊनच. तरल कल्पना व उत्कट भावना हे श्रेष्ठ कवीचे विशेष त्यांच्याइतके दुसऱ्या कुणाच्याही नाटकात प्रतिबिंबित झालेले आढळत नाहीत. गडकऱ्यांच्या नाटकांना अपूर्व लोकप्रियता लाभण्याचे एक प्रमुख कारण त्यांची काव्यात्मकता हे होय.

'प्रेमसंन्यास', 'एकच प्याला' आणि 'भावबंधन' या सामाजिक नाटकांतसुद्धा गडकऱ्यांच्या कवित्वाचा स्वैर विलास आढळतो. पण त्याचे डोळे दिपवून सोडणारे स्वरूप पाहायचे असेल तर 'राजसंन्यास' नाटकच वाचले पाहिजे. मराठी नाट्यसृष्टीच्या दुर्दैवाने हे नाटक पूर्ण करण्याइतके आयुष्य गडकऱ्यांना लाभले नाही. पण आहे या स्थितीतही या नाटकाचे भव्यत्व आणि रम्यत्व रसिकांच्या मनाला मुग्ध आणि चकित करून सोडते. कलावंताच्या मृत्यूमुळे अपूर्ण स्थितीत राहिलेले डोंगरातले एखादे भव्य, सुंदर लेणे पाहावे

तसा भास 'राजसंन्यास' नाटक वाचताना होतो.

या ऐतिहासिक नाटकाचे कथानक संभाजीच्या जीवनावर आधारले आहे. इतिहास आणि त्यात एकरूप झालेल्या दंतकथा या सर्वांनी मिळून संभाजीची एक मोठी विलक्षण मूर्ती निर्माण केली आहे. जितकी शूर तितकीच क्रूर, जितकी रगेल तितकीच रंगेल, जितकी काव्यात्मक तितकीच तत्त्वनिष्ठ अशी ही स्वभावाची जात आहे. गडकऱ्यांनी या स्वैर, पण तेजस्वी स्वभावरेखेवर 'राजसंन्यासा'ची उभारणी केली. काव्यात्मता, तात्त्विकता आणि भावनोत्कटता यांचा सहसा न आढळणारा त्रिवेणी-संगम या अपूर्ण नाटकात झाला असल्यामुळे त्यातले तुटक तुटक प्रवेशसुद्धा रसपूर्ण वाटतात.

संभाजी, येसूबाई, तुळशी, हिरोजी, साबाजी इत्यादी या नाटकातील सारीच पात्रे उत्कट मनोवृत्तीची आहेत. त्यामुळे मोह, प्रेम, द्वेष, त्याग, भक्ती, सेवा आणि अनुताप यांची कितीतरी मोहक, दाहक स्वरूपे या नाटकात प्रकट झाली आहेत. उदाहरणार्थ, या नाटकातल्या पहिल्या प्रवेशातला संभाजी आणि शेवटच्या प्रवेशातला संभाजी हे दोघे जवळजवळ ठेवून पाहावेत. पहिल्या प्रवेशातली घटना मालवणच्या सिंधुदुर्गावर घडते. किल्लेदार दौलतराव शिर्के संभाजीसह दुर्गाच्या बुरुजावर उभा आहे. त्याची बायको तुळशी चारचौघींपेक्षा निराळ्या वृत्तीची स्त्री आहे. नशिबाने मिळाले ते गोड मानून घ्यावे अशा मिळमिळीत मनाची ती नाही. तिला जे काही जळजळीत असेल ते हवे. व्यवहाराच्या मर्यादेत राहण्यापेक्षा पदोपदी तिचे उल्लंघन करण्यातच अशा माणसांना आनंद लाभतो. संभाजी व दौलतराव बुरुजावर उभे राहून खवळलेल्या समुद्राकडे पाहत असताना नेमकी याच वेळी समुद्रात होडी चालविण्याची तुळशीला लहर येते. दौलतराव रागावतील अशी भीती दासीने दाखविताच ती नवऱ्याविषयी तुच्छतेने उद्‌गार काढते, 'जगाच्या बाजारपेठेत माणसांची बाहुलीच फार विकायला येतात.'

वादळी समुद्रात तुळशी बेफामपणाने होडी वल्हविते. पण मृत्यूला मर्त्य मानवाकडून आपला उपहास करून घेण्याची फारशी सवय नसते. तो चिडतो व तुळशीला गिळून टाकू पाहतो. तिची होडी उलटते. ती बुडू लागते. तिची दासी आरडाओरडा करते. बुरुजावर तिचा नवरा उभा असतो, पण बायकोचा जीव वाचविण्याकरिता मृत्यूच्या जबड्यात उडी टाकण्याचा धीर त्याला होत नाही. दौलतराव

दगडासारखा स्तब्ध राहिला तरी साहसावर प्राणापेक्षाही प्रेम करणारा संभाजी अशा वेळी स्वस्थ कसा बसणार? 'नवऱ्याने बायको बुडविली, तरी राजाने प्रजा तारली पाहिजे', असे म्हणत तो तुळशीला वाचविण्याकरिता बुरुजावरून समुद्रात उडी टाकतो. अशा रीतीने तुळशी त्याच्या आयुष्यात येते. इतकी भव्य आणि रोमांचकारक पार्श्वभूमी असलेला प्रणयप्रवेश दुसऱ्या कुठल्याही मराठी नाटकात आढळणार नाही.

आता सर्व दृष्टींनी याच्याहून भिन्न असा शेवटचा प्रवेश पाहावा. सिंह सापळ्यात सापडावा, तसा संभाजी औरंगजेबाच्या कैदेत पडला आहे. साबाजीसारखा एकनिष्ठ वृद्ध सेवक त्याच्या सुटकेसाठी जंग जंग पछाडून, सात पहारे ओलांडून, त्याच्यापाशी येऊन पोहोचला आहे. केवळ बुरखाच नव्हे तर बेगमसाहेबांचा परवाना घेऊन आला आहे. संभाजीच्या जागी आपण बसावे आणि बुरखा घेऊन परवान्याच्या बळावर संभाजीने सुटून जावे एवढीच त्या म्हाताऱ्याची शेवटची इच्छा आहे. पण मराठेशाहीच्या सिंहासनावर बसूनही कर्तव्याची जी जाणीव संभाजीला झाली नव्हती, ती इथे शत्रूच्या तुरुंगात त्याच्या अंतःकरणात घर करून राहिली आहे. तो आता अंतर्मुख झाला आहे. स्वतःकडे न्यायनिष्ठुर दृष्टीने पाहत आहे. तो म्हणतो, 'साबाजी, नेत्या पुरुषाची जबाबदारी मला न कळल्यामुळे मी मराठेशाही मातीला मिळविली... साबाजी, आबांच्या नजरेची मला भीती वाटते. मी कुणीकडे तोंड लपवू? साबाजी, मला सांभाळ, रे!' साबाजी त्याला धीर देण्याकरता बोलतो, 'बेटा, असा रडू नकोस. महाराष्ट्राच्या मूर्तिमंत पराक्रमा, तू हिमतीने हसायला लाग. तुझ्याबरोबर सह्याद्रीच्या फत्तराफत्तराला फुले येऊन ती हसायला लागतील. तुझ्या जुन्या नोकराच्या गळ्याची शपथ आहे. माझ्याकरिता एकदा तरी हास पाहू.' संभाजी हसून उद्गारतो, 'विराट संसाराचे हसे झाले, तिथे काय हसायचे?' शेवटी पश्चात्तप्त मनाने तो आपला जिरेटोप साबाजीच्या पायांवर ठेवतो आणि त्याला सांगतो, 'शंभू-दादाचा राजबाळाला आशीर्वाद सांगा. महाराष्ट्राच्या महाराजाला या कमनशीब मराठ्याचा रामराम सांगा. उद्याच्या उगवत्या सूर्याला या मावळत्या सूर्याची शेवटची किरणे नेऊन पोहोचवा आणि रायगडच्या जुन्या राजाची नव्या राजाला शेवटची एवढीच वाणी ऐकवा की - राजा म्हणजे जगाचा उपभोगशून्य स्वामी!

राज्य-उपभोग म्हणजे 'राजसंन्यास!' नाटकाच्या प्रारंभीचा स्वच्छंदी, विलासी संभाजी शेवटी असा अंतर्मुख संन्यासी होतो!

अशा या कल्पनेने नटलेल्या आणि रसाने रंगलेल्या 'राजसंन्यासा'तून खालील वेचा घेतला आहे. एका दृष्टीने या नाट्यप्रवेशाचे नायक दोन म्हातारे आहेत - हिरोजी फर्जंद आणि साबाजी शिर्के. शिवाजीमहाराजांना ज्यांनी अंगाखांद्यावर खेळविले, असे मराठेशाहीचे ऐंशी वर्षांचे एकनिष्ठ इमानी सेवक. तुळशी ही हिरोजीची मुलगी आणि दौलतरावाची बायको. दौलतराव साबाजीचा मुलगा. संभाजीने समुद्रात उडी टाकून तुळशीला वाचविल्यावर ती लुब्ध होऊन त्याच्याबरोबर निघून जाते. चिडलेला दौलतराव संभाजीवर सूड घेण्यासाठी मोगलांना मिळण्यासाठी निघतो. संभाजी या व्यक्तीला सूड घेण्यापेक्षा मराठेशाहीचा संसार शाबूत राखणे हे आपले कर्तव्य आहे हे साबाजी त्याला पटविण्याचा प्रयत्न करतो. ते त्याला पटत नाही, असे पाहताच पोटच्या पोराने केलेला राष्ट्रद्रोह पाहण्यापेक्षा त्याचा मृत्यू पाहणे पुरवले असा निर्धार करून तो त्याच्यावर वार करतो. दौलतराव मरणोन्मुख होऊन पडला असताना तुळशी त्याच्यापाशी येते. रायगडावर पत्नीच्या स्पष्टोक्तीने संभाजीच्या डोळ्यांत अंजन पडते आणि 'तू वाट फुटेल तिकडे जा' असे म्हणून तो तुळशीचा त्याग करतो. या अपमानाचा बदला कसा घ्यावा या विचाराने बेचैन झालेली तुळशी फिरत-फिरत मरणाच्या दारात पडलेल्या नवऱ्यापाशी येते आणि प्रतिज्ञा करते, 'मराठीशाही मातीला मिळवून मराठ्यांच्या महाराणीला गाय करीन आणि आपली अपुरी प्रतिज्ञा शेवटास नेईन.' दौलतरावाच्या रक्ताने रंगलेला एक दगड त्याच्या क्रियाकर्मासाठी जीवखडा म्हणून तुळशी आपल्या पदरी बांधून घेते.

संभाजीवर उन्मत्त वृत्तीने प्रेम करणारी, पण संभाजीची पत्नी येसूबाई हिच्यावर सूड घेण्याच्या राक्षसी इच्छेने आंधळी झालेली तुळशी एक मोठे कारस्थान रचते. तिचे सौंदर्य, कबजीचा स्वार्थ, मोऱ्यांची सूडबुद्धी या सर्वांच्या मिलाफामुळे ते यशस्वी होते. संभाजी मोगलांच्या जाळ्यात सापडतो. मराठेशाहीला खग्रास ग्रहण लागणार अशी दुश्चिन्हे सगळीकडे दिसू लागतात. हे ग्रहण सुटावे, म्हणून आपली सारी पुण्याई पणाला लावणाऱ्या त्या मंगल शक्ती मराठेशाहीत त्या वेळी वावरत होत्या, त्यांचे प्रभावी चित्रण खालील

वेच्यात गडकऱ्यांनी मोठ्या रसपूर्ण रीतीने केले आहे.

❖

[सोन्याच्या साखळ्या हातात घेऊन उभी असलेली येसूबाई व लोखंडाची बेडी हातात घेऊन उभी असलेली तुळशी. दोघी एकमेकींकडे पाहत आहेत. आसपास नोकर वगैरे]

[पडद्यात]

"मोऱ्यांनी मात केली । राजाला गिरफ्तार केले ।
मोऱ्यांनी शर्थ केली । संभाजीला कैद केले!"

[येसूबाई सोन्याच्या साखळ्या व तुळशी बेडी एकमेकींकडे टाकून देतात.]

येसूबाई : ऐकायचे नव्हते ते ऐकिले!

तुळशी : ऐकायचे होते ते ऐकिले! (पदरचा दगड काढिते) दर्यासागर दौलतराव, तुमच्या अर्धांगीने आपली प्रतिज्ञा पूर्ण केली! केवळ कबजीसारख्यांच्या मसलतीने आणि मोऱ्यांसारख्यांच्या मदतीने, सुताचा साप आणि सुईचा सूळ करून, या तुळशीने केला करार पुरा केला! त्या दिवशी तुमच्या बापाने तुमच्या देहाची दैना केली तेव्हा तुमच्या जित्या रक्ताने रंगलेला हा दगड, तुमच्या जात्या जिवाच्या साक्षीने, या तुमच्या धर्मपत्नीने तुमच्या क्रियाकर्मासाठी जीवखडा म्हणून उचलून घेतला दर्यासागर! तुळशीभोवती घिरट्या घालणाऱ्या आपल्या जिवाचा कान करून ऐका! त्या वेळचे माझे बोल आज पुन्हा आठवा. बोला दौलतराव, दिल्या बोलांतला बोलन् बोल खरा केला ना! कोण आहे तिकडे? धरा या राणीला आणि सव्वाशेर सोन्याच्या साखळ्यांच्या जागी तो सव्वा मणाचा लोखंडी लंगर पायात अडकवा. (दोघेतिघे नोकर पुढे येतात. एकदम दुसऱ्या बाजूने हिरोजी व शाहूमहाराज येतात.)

हिरोजी : हां खबरदार पुढे पाऊल टाकाल तर! पावलापावलासाठी प्राण गहाण ठेवावा लागेल! मासाहेबांच्या अंगाला हात लागला तर त्या हाताचे कलम करून टाकीन. मासाहेबांकडे वाकड्या नजरेने पाहिले, तर तापल्या सळईने डोळे काढून खेळायला देईन! (नोकर थबकतात.)

तुळशी : काय मर्दाची जात आहे पाहा! अरे, चांगले पुरुषासारखे पुरुष होऊन, या एका थेरड्याच्या तोंडाकडे पाहून हाय खाता? थेरड्या, त्या वेळी माझा घात

केलास! आज बाजी बदलली आहे, आज तुझ्यासारख्या हलक्या हुजऱ्याची ही पोरगी राजावाचून राणी झाली आहे आणि ही तुझी राणी मोऱ्यांची बटीक झाली आहे!

शाहू : (तलवार अर्धी उपसून) मासाहेब, हिच्या बेफाम जिभेचे या तलवारीने तुकडे तुकडे करून —

येसू : (त्याला थांबवून) भलतेच! वाटेल त्या बोलभांड बायकोच्या जिभेबरोबर तुमच्या तलवारीला नाचवायची आहे का? धाकटे महाराज, थोरल्या आबासाहेबांच्या श्रीभवानी तलवारीच्या नमुन्याची ही बाळभवानी मुहूर्तावर स्वतः खाशांनी तुमच्या कमरेला बांधिली ती एवढ्यासाठी वाटते? बायकांच्या बडबडण्याने उद्याच्या छत्रपतीचे मन ढळत नाही!

तुळशी : येसूबाई, बायकांच्या बडबडण्याने पडलेला फासाही चळत नाही! तुझ्या चढेल मोठेपणाला पायमाल करायला आता कितीसा वेळ लागणार? (नोकरांस) अरे, आणा त्या साखळ्या इकडे! पुन्हा त्या म्हाताऱ्याकडे पाहता? मोऱ्यांनी ही नामर्दांची पैदास कुठून जमा केली! ही पाहा, दर्यासागर दौलतरावाची मर्दानी विधवा मराठेशाहीचे हे अहेव लेणे आपल्या पायांनी तुडवून टाकीत आहे. (साखळ्या पायांत घालू लागते.)

हिरोजी : तुळशी कारटे, काय केलेस हे? (कमरेची तलवार काढितो. स्वगत) तुळशी, कमरेची मिठी सोड! राजांनी भवानी आईच्या साक्षीने श्रीभवानी तलवार उचलली त्याच मुहूर्तावर साबाजीने बिजली आणि हिरोजीने ही तुळशी उचलली. बेइमान दौलतरावांच्या गळ्यात पडताना साबाजीची बिजली इमानाला जागली! बेटा तुळशी, आजवर तुला कडेवर खेळवली, आज इमानाला जागी हो! तुझी नावरस सांगून तुझ्या नावाला बट्टा लावणाऱ्या, फरजंदांच्या या कमअस्सल अवलादीला, केवड्याच्या बनातल्या या सुंदर नागिणीला एकघाय उभी चिरून टाक! (उघड) मासाहेब, ती पाहा दिवसाढवळ्या केवढी चांदणी तुटून पडली!

[तुळशीच्या विरुद्ध दिशेकडे बोट दाखवितो. येसूबाई वगैरे तिकडे पाहतात. हिरोजी तुळशीला वार करितो. ती पडते. एक-दोन नोकर धावत जातात.]

येसू : कुठे पडली चांदणी?

हिरोजी : (तुळशीकडे बोट दाखवून) ही पाहा!

तुळशी : दर्यासागर दौलतराव, लग्नाने तुमच्या नावाशी जखडलेली तुळशी तुमच्या ऋणातून मोकळी झाली! (दगडावर बांगड्या फोडून) छत्रपती संभाजी महाराज, या जन्मी आपल्याला पाहिले; आता पुढल्या जन्मी तुळशीच्या परमेश्वरा, मला पदरात घ्या! कुणीतरी छत्रपतींना माझा शेवटचा निरोप सांगा की, तुळशीने मरताना देवाचे नाव घेतले नाही, पण तिचा मरताबोल 'छत्रपति संभाजी महाराज'—(मरते)

येसू : हिरोजी, काय केलेत हे?

[पडद्यात : कोणत्या हरामखोराने तुळशीच्या अंगाला हात लावला?]

हिरोजी : मासाहेब, जरा आडबाजूला व्हा! देवळातल्या देवाला दगलबाजीने विटाळणारा हाच तो हरामजादा मोरे!

[मोरे प्रवेश करितो]

मोरे : तुळशीच्या अंगावर कुणी वार केला? तुळशीच्या रक्ताच्या थेंबागणिक त्या गुन्हेगार देहाचे तुकडे केल्याखेरीज मोऱ्यांची तलवार विसावणार नाही. कोणी केला खून हा? (नोकर हिरोजीकडे बोट दाखवितात) हिरोजीने? म्हातारचळाच्या नादात तुझ्या तलवारीची तहान बेसुमार वाढल्यासारखी दिसते. कोणाचे रक्त तुझ्या तलवारीला लागले आहे हे?

हिरोजी : हे माझे रक्त आहे - हिरोजी फरजंदाचे इमानी रक्त आहे हे!

मोरे : थेरड्या, मग तुळशी कशी मेली?

हिरोजी : देवास कळे! माझे जातीचे रक्त तेवढे मी काढून घेतले! तिच्या बाकीच्या बेइमान रक्तामध्ये जितेपणाचा जिव्हाळा नव्हता! नुसत्या मुर्दाड मांसाने माणूस जगत नाही!

मोरे : हा पाहा, तुझ्या जिवंत मांसाला मातीत मिसळून तुझा बोल खोटा करून टाकतो! (तलवार उपसून धावतो)

येसू : हां, छोटे छत्रपती महाराज, आता खुशाल आपली तलवार उपसा आणि आपल्या इमानी नोकराच्या धावण्या धावा! तुमच्या प्राणांची रया झाली तरी हरकत नाही; पण हिरोजींच्या थकलेल्या केसांना धक्का लागू देऊ नका!

[शाहूमहाराज हिरोजी व मोरे यांच्यामध्ये येतात]

हिरोजी : मासाहेब, काय हा अविचार! धाकट्या राजांना मागे घ्या!

शाहू : पुढे पाऊल टाकले ते मागे घेण्यासाठी नाही. वीराचे तुटलेले मस्तक मागे पडते, पाऊल नाही! मासाहेब, पाहा बरे हिरूबाबा कसे ऐकत नाहीत ते! हिरोजी, तुझा राजा तुला मागे होण्याचा हुकूम करीत आहे! आपल्या इमानी नोकरांवरचा तलवारीचा ताप चुकविण्यासाठी छत्रपती आपल्या अंगाचे छत्र करीत असतात.

हिरोजी : (मोऱ्यांना उद्देशून) जावळीच्या रानातल्या जातीच्या दगडा, या बोलांनी विरघळून तुझे पाणी रे, कसे होत नाही? (शाहूमहाराजांना उचलून त्यांचा मुका घेतो) आई, आई, आई! राजे, ही पोपटपंची कुणी बरे पढविली आमच्या

राजगडच्या चिमण्या राघूला? (शाहूमहाराजांस खाली ठेवितो) देवा, माझ्या बाळराजांना अठ्ठावीस युगांचे आयुर्दाव दे! मासाहेब, भोसल्यांच्या वंशातला हा कुळदीपक पदराखाली झाकून घ्या आणि जरा बाजूला व्हा!

येसू : फरजंद, तुमच्यावर अशी काळाची कटार लटकत असताना तुमच्या राजाने आपल्या अंगाची ढाल करायला नको का? तुम्हाला असे टाकून आम्ही कुठे तोंड दडवावे?

हिरोजी : (एकदम रागाने) मुली, मोठेपणाला प्रसंगी तरी काही सीमा हवी ना? तुझ्या सासऱ्याने माझा बोल खाली पडू दिला नसता आणि तू गुडघ्याएवढी पोर मला म्हाताऱ्याला गोष्टी सांगतेस! रायगडच्या राउळातला हा नंदादीप आम्हाला आमच्या जिवाच्या ज्योतींनी पाजळता ठेविलाच पाहिजे! हा जीव सलामत असला, तर उद्या मुडद्यांची माणसे करिता येतील! चल, घेऊन जा याला तिकडे! मुली, बोलू नये ते बोलायला लावलेस, म्हातारपणी माझे मोल केलेस! प्रसंग काय आणि तुझे बोलणे काय? पोरीच्या जातीला असा हट्ट शोभत नाही. चल एकदम पुढे!

[येसूबाई शाहूमहाराजांसह जाऊ लागतात]

हिरोजी : (गहिवरून) मासाहेब, जरा थांबा! अखेरवेळी या थेरड्याची जिव्हा चळली; गुन्हा माफ करा! काळाची करणी कडू असते. पुन्हा गाठी पडणे केवळ दैवाधीन! तुम्हा दोघांना डोळे भरून एकदा पाहू द्या. (काही वेळ त्यांच्याकडे पाहतो) हाय, रे कर्मा! ही देवमाणसे आता देवाघरीसुद्धा दिसायची नाहीत. मासाहेब, बाळराजांना जिवापाड जपा; चला पुढे!

[येसूबाई व शाहूमहाराज जाऊ लागतात]

मोरे : हां, येसूबाई, थांब! भोसल्यांच्या जमान्याचा गोशा उडवून टाकण्याचा मोऱ्यांनी विडा उचलला आहे! अरे, पकडा रे, या बाईला आणि या पोराला!

हिरोजी : तो विडा चघळल्यावाचून, नुसते तोंडच नाही, पण सारे अंग रंगून निघेल! मासाहेब, आता थांबाल तर तुम्हाला थोरल्या राजांच्या पायाची आण आहे. (येसूबाई व शाहूमहाराज जातात.)

मोरे : (नोकरास) चला रे सारे एकदम या थेरड्यावर असे तुटून पडाल की, पहिल्या पळात याचे डोके तुटून पडेल!

(त्यांची झटापट होते. हिरोजी घाव लागून पडतो. माने घाईघाईने येतो)

माने : धनीसाहेब, तिकडे बाका बखत येऊन ठेपला आहे. सावध झालेल्या संभाजीने बेफाम होऊन चार मुडदे जमीनदोस्त केले!

मोरे : अवल मुडदे होते म्हणून पडले! संभाजीने उभे मुडदे आडवे केले, असे

का सांगत नाही? चला माने, आधी तुळशीच्या देहाला डाग देण्याची व्यवस्था करा (नोकर तुळशीचे प्रेत नेतात) आणि मग खाशी मोहऱ्याची माणसे बरोबर घेऊन येसूबाईला कबज करा. (मोरे, माने व नोकर जातात)

हिरोजी : साबाजी, धाव रे धाव! साबाजी, धाव! धाव!

[साबाजी, येसूबाई, शाहूमहाराज, चिटणीस वगैरे प्रवेश करितात. साबाजी हिरोजीला उचलून धरितो.]

साबाजी : साबाजीचा साडेतीन हात देह शाबूत असताना साबाजीच्या या प्राणाला धक्का कुणी लाविला? हिरोजी, भिऊ नकोस? मी तुझा साऊ तुझ्याजवळ आहे!

हिरोजी : (हसून) साऊ, वेडा, मी स्वत:साठी का तुला आरोळी घातली! मासाहेब कुठे आहेत? आताच मोऱ्यांनी धाकट्या राजांना आणि मासाहेबांना : तुला कोणत्या तोंडाने सांगू? साऊ, त्यांना या पावली गडावर घेऊन जा. माझ्या आशेला आता गुंतू नकोस. राजाचे नाव — भोळा भाव — सिद्धीस जाव! (मरतो)

साबाजी : देवास पाव! (उठून उभा राहतो) मासाहेब, फरजंद देवरूप झाले! उजू हातांनी राजांच्या रुजवातीला निघून गेले!

येसू : अगं बाई! हिरोजी, काय हो केलेत हे! अशी कशी ही माझी फसवणूक केलीत! तुमचा शेवटचा बोल अजून माझ्या कानांपर्यंत आला नसेल आणि साबाजी, इतक्यात कसे हो यांनी असे केले? राजांपरी राजांनी फसविले, यांनी तर असा गळाच कापला! सासरमाहेर एकदम पारखे झाले! सटीसंकष्टी केव्हाही मागे पाहिले म्हणजे फरजंद एखाद्या डोंगरासारखे उभे असायचे! हिरोजी, मला कोणाच्या हाती निरवून गेलात हो? मला दटावणीने बोलायला आता कोणी आहे का? रागाने बोलायचे ना एकदा आपल्या वेड्या मुलीला? सासुरवासात आपल्या देवसावलीने माझे माहेरपण केले आणि आज मला असे फसविले! हिरूबाबा, मी नाही जाऊ द्यायची तुम्हाला! (त्याच्या पायांवर मस्तक ठेवितात)

साबाजी : (स्वगत) 'तरिच जन्मा यावे । दास ईश्वराचे व्हावे।।' (उघड) मासाहेब, आपण धाकट्या धन्यांना घेऊन रायगडच्या रस्त्याला लागावे. आपल्या दिमतीला द्यायला या चिटणीसाखेरीज आज दुसरे कोणीही नाही. चिटणीस, आज वेळ येऊन ठेपली आहे. खंडोबा, हे जिवाचे जोखीम तुला गडावर न्यायचे आहे. मराठेशाहीच्या सौभाग्याची ही केशरकस्तुरी जपून रायगडच्या करंड्यात नेऊन ठेवण्याचे काम तुझ्याकडे आहे. तिच्या कुंकवाचा टिळा आणण्यासाठी मी तुळापुरी जातो. मासाहेब, आपला निरोप घेऊन म्हणून मी जाणार आहे. बेगमसाहेबांना खूण पटण्यासाठी आपला कुंकवाचा करंडा तेवढा मजजवळ देऊन ठेवा. चिटणीस,

राजांच्या घरची अब्रू बरोबर घेऊन निघाला आहेस, तुला काय सांगू? (त्याला जवळ घेऊन व त्याचा हात हातात घेऊन) अरेरे, भवानीश्वरा, कोण्या दैवाचा दिवस दाखविलास हा! मोहऱ्यासारखे मोहरे हरपून आज मराठेशाहीची अब्रू या एवढ्याशा मुलाच्या बाळमुठीत ठेवावी लागत आहे. बाळ, मोऱ्यांची माणसे तुमच्या मागावर आली तर आल्या अडचणीतून आपली ही एकवटलेली पुण्याई, मूर्तिमंत मराठेशाही, अब्रूनिशी निभावून नेण्यासाठी, बृहस्पतीच्या बुद्धीने आणि बारा हत्तींच्या बळाने नेहमी सावध राहा! बाळ, मरता काळ ओढवला तरी विसरू नकोस की, तुला बाळाजी बाबांचे नाव लावायचे आहे आणि बाजी देशपांड्यांची जात सांगायची आहे. कायस्थाच्या इमानापासून चळू नकोस.

चिटणीस : झाकली मूठ सव्वा लाखाची; बोलून काय दाखवायचे! साऊबाबा, मोऱ्यांच्या माणसांना आमचा माग लागू नये म्हणून या श्रीभवानीचे उमटते पाऊल धुऊन टाकण्यासाठी माझ्या रक्ताचे शिंपणे करीन, माझ्याबद्दल तुम्ही निर्धास्त असा.

साबाजी : मासाहेब, तोंडातून बोल निघत नाही, पण आता निरोप घ्यायचा! काळ येऊ नये तो आला — निभावून नेणार श्रीउमामहेश्वर समर्थ आहेत. पुण्याई सबळ असली तर साबाजी पुन्हा सेवेला चरणांशी येईल; नाहीपेक्षा हीच अखेरभेट! मासाहेब, इतका वेळ अवसानाने बोललो, पण आता उरी फुटण्याची वेळ आली. मी आपल्याला माझ्या वडीलकीने धीर दिला, पण आता मला धीर कोण देणार? शिरक्यांच्या या कुळदैवताच्या पायांची पुण्याई! माझ्या बाळराजांची देवमूर्ती (शाहूमहाराजांस साष्टांग नमस्कार घालितो) रायगडच्या देवा, या दुबळ्या देहाला आशीर्वाद द्या —या पायांच्या चाकराची आठवण ठेवा — चुकल्या कामाची — उण्याअधिकाची साबाजीला माफी करा! (येसूबाई त्याला उठवितात)

येसूबाई : मामासाहेब, हे काय बरे असे भलतेच! ऐंशी वर्षांची तपश्चर्या करून आठ वर्षांच्या बाळाच्या पायांवर मस्तक ठेवायचे? बाळ, आजोबांच्या पायांवर डोके ठेवून त्यांचे आशीर्वाद माग!

साबाजी : ऐंशी वर्षे आणि आठ वर्षे! आई, उमर फत्तराला असते, फुलाला नसते! फुलाची नुसती जात पाहायची असते. माझा म्हाताऱ्याचा बोल आपला ऐकून ठेव. तुझ्या पोटी हा सर्जेराजांनी नवा अवतार घेतला आहे. देवाघरचा जीव जपून ठेवायचा आहे. बरे, मासाहेब वेळेने वेळ वाढते. देवाचे नाव घेऊन शुभलक्षणी पाऊल पुढे टाकायचे!

येसू : आबासाहेबांच्या नावाखेरीज दुसरे कोणत्या देवाचे नाव घ्यायचे! मामासाहेब (हिरोजीच्या प्रेताच्या व साबाजीच्या पाया पडते) येऊ आता? लवकर पाय दाखवायचे; वडिलांच्या छत्रावाचून उघड्यासारखे वाटेल! राजांना संभाळा -

स्वभाव थोडा — (रडतात)

साबाजी : मुली, अखंड वज्रचुडेमंडित हो! (येसूबाई वगैरे सर्व जातात) झाले;
दगडाच्या दिलाने इतका वेळ धीर धरिला आणि आल्या प्रसंगाशी टक्कर दिली!
सारी कामे निरवली; आता हिरोजी, तुझ्यासाठी रडायचे तेवढे राहिले. (हिरोजीच्या
प्रेताकडे पाहतो) संसाराच्या सफरीतला सच्चा सोबती- दिलाचा दोस्त - जिवाचा
जोडीदार- (एकदम त्याला मिठी मारून आक्रोशाने) हिरोजी, हिरू, वचन दिलेस
काय आणि हे केलेस काय? खांद्याला खांदा भिडवून लढलो, गळ्यात गळा घालून
रडलो, हातात हात घालून देवलोकी चढलो असे दोघांनी हसत राजांना सांगायचे.
एका आईच्या पोटी जन्म मिळाला नाहीतरी धरित्रीमातेच्या उदरी एकठाय मरण
मिळवायचे, असे हातावर हात मारून वचन दिलेस आणि आज असा बेमान होऊन
हातोहात निघून गेलास! राजांनी नेहमी नावाजणी करावी, की माझा हिरूबाबा
जिभेचा सच्चा, हिरूबाबा जिभेचा सच्चा म्हणून! पण आबासाहेब, तुमच्या लाडक्या
फरजंदांनी आपल्या जिवाच्या सवंगड्याशी अखेर अशी दगलबाजी केली! मला
एकट्याला मागे लोटून, आपल्या चाकरीच्या लोभाने हिरोजी आपलपोटेपणाने
निघून गेले! हिरू, आजवर जगाकडे चार डोळ्यांनी पाहिले, आज या माझ्या दोनच
डोळ्यांना इकडे इकडे पाहण्याची भीती वाटते. तुझ्याकडे पाहताना तर ऊर दडपून
जातो आहे! हिरू, राजांच्या पायांची तुला आण आहे, एकदा तरी डोळे उघडून पाहा
रे! अरेरे, हिरकणी, तुझ्या रक्ताला माती की रे लागली ही! त्या मातीमोल मोऱ्यांनी
असा हिऱ्यासारखा हिरा मातीला मिळविला! शंभुराजे, तुम्ही राजधर्म सोडला,
त्याची अशी फळे मिळाली! (थांबून) राजांना सोडविण्यासाठी मला इतक्या तातडीने
जायचे आहे, की तुझ्या तोंडात असे तोंड घालून, मोकळ्या मनाने रडण्याचे भाग्य,
हिरा माझ्या कपाळी नाही. हिरूबाळा, रागावू नकोस; तुझ्या तोंडावरचे रक्त पुसून
टाकून मग जाऊ म्हणतोस? देवा, तुमची दुनियादारी परोपकारीची आहे! आजवर
पित्या बाळाचा मुका घेतल्यामुळे आईच्या ओठाला तिचे दूध लागले असेल! पण
असा म्हातारड्या मुक्याने, आपल्या जिव्हाळ्याच्या रक्ताने आपले ओठ अजून
रंगविले नसतील! (त्याचा मुका घेतो) हिरू, आता पुन्हा भेट राजांच्या समोर!
हिरकणी, वरच्या वाटेने जपून जा; वाटेत तुला तुझ्या साऊची आता सोबत नाही!
आता ही एवढी एक-एक-एकच अखेरमिठी - आणि संबंध तुटला! (उठून उभा
राहत) संपला स्नेहाचा संसार! फरजंद! नोकरी पेशातल्या साबाजी शिरक्यांचा
तुमच्या वीरदेहाला हा शेवटचा राम राम! (त्याच्या पायांवर डोके ठेवतो)

●

(राजसंन्यास) रा. ग. गडकरी.

◆

प्रभू रामचंद्राचे अग्निदिव्य

परिचय

रामायण आणि महाभारत या महाकाव्यांत अनेक उदात्त स्वभावरेखा आणि हृदयस्पर्शी प्रसंग आहेत. शतकानुशतके ते भारतीय जीवनावर मंगल संस्कार करीत आले आहेत. पण पर्वताच्या उंच उंच शिखरांतही एखादेच गगनचुंबी शिखर असते! त्याच्या तुलनेने इतर शिखरे क्षणभर किंचित ठेंगणी वाटू लागतात. रामायणातला सीतात्यागाचा भाग वाचताना रसिकमनाला असाच भास होतो.

रावणवधानंतर लंकेत अग्निदिव्य करून सीता आपले पावित्र्य सिद्ध करते. तिला घेऊन राम अयोध्येला परत येतो. आता सीता अयोध्येची महाराणी होते. तिला दिवस गेल्यामुळे या साऱ्या आनंदीआनंदात भर पडते. तिचे डोहाळे पुरविण्याकरिता 'तुझी इच्छा काय आहे?' म्हणून राम तिला विचारतो. ती म्हणते, 'पुन्हा एकदा पवित्र गंगामाईत स्नान करावे आणि वनवासातली सारी परिचित स्थळं डोळे भरून पाहावीत असं मला फार फार वाटतंय.'

या क्षणी सर्व दृष्टींनी राम आणि सीता सुखशिखरावर असतात. पण जीवनाची गती मोठी विलक्षण अणि विरोधपूर्ण आहे. या

जगात भूकंपाचा धक्का बसून गजबजलेले सुंदर नगर उद्ध्वस्त व्हायला काय किंवा सुखशिखरावर बसलेले निष्पाप जीव दु:खाच्या दरीत कोसळून पडायला काय, फारसा वेळ लागत नाही. सीता-रामाच्या जीवन-प्रवाहाला अशाच रीतीने क्षणार्धात नवे वळण लागते.

माहेरी अधिक दिवस राहिल्यामुळे बायकोवर रागावलेला एक संशयी स्वभावाचा परीट तिला नांदवून घ्यायला तयार होत नाही. हलक्या मनाची माणसे आपल्या वर्तनाचे समर्थन करण्याकरता मोठ्या माणसांचे आधार नेहमीच शोधीत असतात! हा परीटही तसेच करतो. तो बायकोला म्हणतो, 'डाग आहे हा कुळाचा. परीट आहे मी, कपडा फाटला तरी डाग घालविणारा. हा डाग निघालाच पाहिजे. मग माझा संसार फाटला तरी चालेल.'

या संशयी नवऱ्याची बडबड केवळ आपल्या बायकोपुरती मर्यादित राहत नाही. रावणाच्या घरी राहिलेल्या सीतेचा, तिच्या अग्निदिव्याचा आणि तिचा स्वीकार करणाऱ्या रामाचा तो उपहासाने उल्लेख करतो. त्याच्या बोलण्यावरून सीतेविषयी पसरलेल्या लोकापवादाची रामाला कल्पना येते. त्याच्यापुढे एक मोठा कठीण प्रश्न उभा राहतो. सीता निर्दोष आहे अशी त्याची मनोमन खात्री असते. पण लोकांची खात्री कशी पटवायची? पिसाळलेल्या कुत्र्याच्या विषाप्रमाणे पसरत चाललेल्या लोकापवादाला आळा कसा घालायचा? जिच्या पावित्र्याविषयी प्रजा साशंक आहे अशा पत्नीबरोबर संसार करणे रघुकुळातल्या राजाच्या ब्रीदाला शोभेल का? निराधार लोकनिंदेकडे दुर्लक्ष करायचे, की निष्पाप, निर्दोष सीतेचा त्याग करायचा?

एका बाजूने अत्यंत उदात्त आणि दुसऱ्या बाजूने अत्यंत करुण अशा या हृदयंगम कथेचे आकर्षण भवभूतीसारख्या श्रेष्ठ संस्कृत नाटककाराला व्हावे हे स्वाभाविकच होते. त्याच्या 'उत्तररामचरित' नाटकाचा पहिला अंक सीतात्यागाच्या प्रसंगाभोवतीच गुंफिला गेला आहे. काव्य, नाट्य, रस, तंत्र इत्यादी सर्व दृष्टींनी जगातल्या नाट्यवाङ्‌मयातसुद्धा हा अंक अव्वल दर्जाचा ठरेल. वरेरकरांनी हेच कथानक नव्या दृष्टिकोनातून मांडले आहे. शंबूक व ऊर्मिला या दोन भूमिकांची जोड देऊन या कथाभागावरील 'भूमिकन्या सीता' या आपल्या नाटकात त्यांनी नावीन्य कसे निर्माण केले आहे हे खालील वेच्यात दिसून येईल. शंबूक दस्यू म्हणून दलित! अनार्य म्हणून त्याला विद्येचा आणि तपाचा अधिकार नाही असे

वरिष्ठ वर्गातल्या श्रेष्ठींचे मत! ऊर्मिला ही स्त्री म्हणून दलित. तिचा पती रामाबरोबर चौदा वर्षे अरण्यात निघून गेला. इकडे ऊर्मिला अयोध्येत झुरत राहिली. सीतेहूनही ती दुर्दैवी ठरली! अशी ही ऊर्मिला रामाचा सीतात्यागाचा निश्चय ऐकताच त्याला विरोध करते. तो निष्फळ झाल्यानंतर पतीचे मन वळविण्याचा प्रयत्न करते. तिची व्यक्तिरेखा म्हणजे पिढ्यान् पिढ्या पुरुषजातीने पायांखाली तुडविलेल्या, पण जागृत होऊन, ती पायमल्ली यापुढे आपण सहन करणार नाही असे मस्तक वर करून सांगणाऱ्या विद्ध, पण स्वाभिमानी स्त्रीमनाचे मूर्तिमंत चित्र आहे.

❖

(रामाचे अंतर्गृह. वासंती सजावट करीत आहे. विजय प्रवेश करतो.)

विजय : हे तुझं काम अजून किती वेळ चालायचंय?

वासंती : (त्याच्याकडे न पाहता) त्याच्याशी तुम्हाला काय करायचंय?

विजय : माहेरचं वारं लागलेलं दिसतंय तुला. सरळ उत्तर देता येत नाही?

वासंती : नवरेपणाचा हक्क इथं कशाला गाजवता? इथं मी दासी आहे प्रभूंची. मला व्यत्यय करू नका कामाच्या वेळी.

विजय : आज बरीच मिजास वाढलेली दिसतेय तुझी. नवी पदवी मिळवलीस वाटतं सीतामाईंकडून! (ती काही बोलत नाही असे पाहून) कसलं हितगुज चाललं होतं मघाशी देवींबरोबर?

वासंती : त्याच्याशी तुम्हाला काय करायचंय?

विजय : मी नवरा आहे तुझा. सारं काही कळलं पाहिजे मला.

वासंती : एकदा सांगितलं ना मी, इथं आले की मी दासी असते प्रभूंची. नवरेपणाचा हक्क गाजवायचा असला तर तो तिकडं घरी गेल्यावर.

विजय : इथंही झालं तरी नातं तेच.

वासंती : तुम्हीदेखील इथले सेवकच आहात!

विजय : बरोबरी करू पाहतेस काय माझ्याबरोबर? माझ्यामुळं तू इथं आलीस... माझी बायको नसतीस तर या वाड्याच्या आसपासदेखील तुला येता आलं नसतं... (ती झटक्याने दूर होते) कोण आलाय तो तुझ्याबरोबर?

वासंती : हां, बुवा. तुम्हाला काय करायचंय त्याच्याशी? - माझा भाऊ आहे तो.

विजय : भाऊ म्हणे! तो काळाकभिन्न दस्यू, तो कसा झाला तुझा भाऊ?

वासंती : कसा का असेना, तो माझा मानीव भाऊ आहे.

विजय : आता हे दस्यू आवडू लागले तुला, होय?

वासंती : गप्प बसा. असलं भलतंसलतं बोलणं मी ऐकून घ्यायची नाही.

विजय : सरळ सरळ डोळ्याला दिसतंय... इतक्या दिवसांनी आलीस... महिन्यासाठी म्हणून गेलीस, पण तीन महिने लावलेस... माझ्याशी एक शब्दसुद्धा बोलली नाहीस. सरळ त्या चोराला घेऊन गेलीस त्या सीतामाईंकडं.

वासंती : जिण्या-मरण्याचा प्रश्न होता त्या बिचाऱ्याचा.

विजय : असेल! म्हणून काय माझ्याकडं ढुंकूनसुद्धा बघायचं नाही?

वासंती : त्याला आधी सीतामाईंची भेट करवून द्यायची होती ना?

विजय : तेव्हाच तसं का नाही सांगितलंस मला? का गेलीस मला धुडकावून? म्हणूनच मला संशय आला.

वासंती : कसला संशय आला?

विजय : कुठं राहिली होतीस हे तीन महिने?

वासंती : माहेरी.

विजय : मग हा कुठं भेटला?

वासंती : तो भेटला त्यांच्या पर्णकुटीत. अमिनाभ ऋषींच्या पर्णकुटीत. तिथंच राहत असतो तो. माझ्या आईबरोबर गेले होते तिकडं. माझी आई होती ना त्या ऋषींच्या सेवेला!

विजय : बरी कारणं सुचतात तुम्हा बायकांना. कसा विश्वास ठेवायचा तुम्हा बायकांवर? माझी अगदी खात्री झालीय...

वासंती : कसली खात्री झालीय?

विजय : स्पष्ट बोलायला लावू नकोस मला...

वासंती : का नको? काय बोलायचं ते एकदा सरळ सरळ बोलून टाका. ऐकायची अगदी तयारी आहे माझी.

विजय : आजपासून तुझा माझा संबंध संपला. यापुढं माझ्या घरात पाऊल टाकू नकोस. परक्याच्या घरी राहिली होतीस, आता माझ्या घरात तुला थारा मिळणार नाही.

वासंती : काही रावणाच्या घरी राहिली नव्हते मी... तो काही राक्षस नाही.

विजय : राक्षस काय आणि दस्यू काय... एकच!

वासंती : मग अग्निदिव्य करायला सांगणार की काय मला?

विजय : कसलं आलंय अग्निदिव्य? मोठ्यांच्या गोष्टी म्हणून बोलू नये. कोण करतोय पर्वा या अग्निदिव्याची? डाग आहे हा कुळाचा. परीट आहे मी. कपडा फाटला तरी डाग घालवणारा... हा डाग निघालाच पाहिजे... मग माझा संसार

फाटला तरी चालेल.

वासंती : हे रामराज्य आहे.

विजय : हो, हो! हे रामराज्य आहे... म्हणूनच म्हणतोय, की तुझा माझा संबंध संपला.

वासंती : मी सीतामाईंकडं फिर्याद करीन.

विजय : (मोठ्याने हसतो) त्या काय सांगणार आहेत! सारी अयोध्या काय बोलते ते ऐक. अग्निदिव्य, म्हणे! गुरुदेवांना विचार, दूत काय सांगत होते ते. सगळे लोक नावं ठेवताहेत.

वासंती : प्रभुरामचंद्रांनासुद्धा?

[राम आणि लक्ष्मण प्रवेश करीत असताना तिचे उद्‌गार ऐकून दारातच थांबतात.]

विजय : प्रभूंना कोण कशाला नावं ठेवील? नावं ठेवताहेत ती सीतामाईंना.

वासंती : असं काही बोलाल तर जीभ झडून पडेल तुमची.

विजय : कावळ्याच्या शापानं काही गाय मरत नाही. इतके लोक बोलताहेत त्यांची जीभ कुठं झडून पडली नाही ती?

(राम एकदम पुढे येतो. लक्ष्मण मागेच उभा राहतो.)

राम : (विजयाला) इतके लोक काय बोलताहेत?

[दोघेही पायांवर डोके ठेवून नमस्कार करतात.]

विजय : क्षमा करा, देवा... क्षमा करा! (उठून उभा राहून, हात जोडून थरथर कापत) लोक बोलतात म्हणून ऐकलं अन् मी बोललो. मला क्षमा करा.

राम : पण लोक काय बोलतात?

विजय : कोणत्या तोंडानं सांगू? बोलायला मन घेत नाही... जीभ लुळी पडते...

राम : मला कळलंच पाहिजे; लोक काय बोलतात ते. मला कळवायचं नाही तुम्हा लोकांनी, तर कळायचं कसं मला?

विजय : मोठी अभद्र आहे ती गोष्ट देवा —

राम : भद्र असो की अभद्र असो, मला ते कळलंच पाहिजे. लोकापवादाला थारा मिळता कामा नये या रामराज्यात. भिऊ नकोस विजय. कितीही अभद्र असली ती गोष्ट तरी ऐकायची माझी तयारी आहे. तुला अभय आहे. काय असेल ते स्पष्ट बोलून टाक.

विजय : मोठं संकट आलंय हे! (नमस्कार करून) ऐका देवा! ही माझी पत्नी

एक महिन्याच्या मुदतीनं माहेरी गेली होती, पण तिकडं एका दास्यूच्या घरी जाऊन तीन महिने राहिली. मला हिचा संशय आला. गुरुदेवांना विचारलं, तेव्हा हिचा त्याग करायला मला सांगितलं त्यांनी...

वासंती : (आपल्याशीच) माझा त्याग करायला सांगितलं गुरुदेवांनी?

विजय : हो... हो... त्याग करायला सांगितलं. त्याच वेळी गुरुदेव म्हणाले... आता सांगू?... दूतांनी सांगितलं त्यांना की, सीतादेवींविषयी अयोध्येतले लोक अशीच शंका घेताहेत... क्षमा करा देवा, पुढले शब्द माझ्या तोंडून निघत नाहीत.

राम : बोल... भिऊ नकोस...

विजय : ते म्हणाले... रामप्रभूंनी विचारलं असतं तर मी असंच सांगितलं असतं त्यांना...

राम : सीतेचा त्याग करायला सांगितलं असतं?

विजय : (रामाच्या पायांवर डोके ठेवून, वर उठून हात जोडून) हो. (राम स्तब्ध राहतो) क्षमा करा, प्रभू... पण मी आता काय करू?

राम : तिचा त्याग कर.

वासंती : प्रभो!

राम : हिचा त्याग कर. संशयालासुद्धा थारा मिळता कामा नये या रामराज्यात. निष्कलंक चारित्र्याच्या पायावरच हे रामराज्य उभं आहे.

वासंती : (रामाच्या पायांवर मस्तक ठेवून) प्रभूंची आज्ञा मला प्रमाण आहे. (जाते)

विजय : दासाला क्षमा असावी, देवा!

राम : मोठे आभार झाले तुझे, विजय. लोकापवादाच्या कलंकापासून माझं रक्षण केलंस तू. जा. ईश्वर तुझं कल्याण करो! (विजय जाऊ लागतो) थांब विजय, सुमंतांना इकडं पाठवून दे.

विजय : (क्षणभर रामाच्या तोंडाकडे पाहत स्तब्ध राहून) सुमंतांना बोलावू का, देवा?...

राम : माझी आज्ञा पालन कर. जा. (तो नमस्कार करून जातो. अस्वस्थपणे येरझाऱ्या घालीत) काय करू लक्ष्मणा, काय करू? मन कसं द्विधा होऊन गेलंय. मोठा दुर्धर असतो हा लोकापवाद. लोक निंदा करतात... का निंदा करतात ते? सीता निर्दोष आहे हे मी जाणतो, तू जाणतोस. ज्यांनी अग्निदिव्य प्रत्यक्ष पाहिलं नाही तेच ना हे निंदा करताहेत?... काय करू? या निंदेकडं दुर्लक्ष करू, की निर्दोष सीतेचा त्याग करू?

लक्ष्मण : सीतेचा त्याग! काय बोलता हे, रामा?

राम : वनवासी राम हे बोलत नाही... दशरथाचा पुत्र राम हे बोलत नाही...

अयोध्येचा राजा राम, लोकाराधनेसाठी कशाचीही पर्वा न करणारा, रघुवंशाचा अभिमानी, रामराज्याचा प्रवर्तक हा राम बोलतो आहे.

[सुमंत प्रवेश करतो. रामाला नमस्कार करून हात जोडून उभा राहतो.]

राम : सुमंत, रघुवंशाच्या राजांची सेवा करीत तुम्ही हे वार्धक्य गाठलं आहे. रघुवंशाचं ब्रीद कोण जाणत असेल तर ते तुम्ही. मी विचारतो त्याचं खरं खरं उत्तर द्या. कुणाचीही चाड धरू नका.

सुमंत : प्रभूंना असलं कसलं संकट आलंय आज?

राम : कसोटीचा काल आहे हा... रघुवंशाच्या ब्रीदाची आज खरी खरी कसोटी लागणार आहे. एवढासुद्धा संकोच न धरता मला सांगा. सीतेविषयी लोक काय म्हणतात?

सुमंत : प्रभूंनी हा प्रश्न मला करू नये. अनेक वर्षं मी लोकांची वृत्ती पाहत आलो आहे. सज्जनांना नावं ठेवण्यात हे सामान्य लोक नेहमीच तत्पर असतात. तो एक खेळ असतो त्यांचा... व्यसन असतं. निंदेइतका मद्यालादेखील कैफ नसतो, प्रभू!

राम : माझ्या प्रश्नाचं उत्तर मला हवं आहे. ती निंदा असेल, त्या निंदेत सत्यांशही नसेल, त्या निंदेत अधिकृत मनोवृत्तीची आत्यंतिक तळमळही नसेल.... तरीही ती निंदा होते आहे, चोहींकडे फैलावते आहे, लोकांची मनं कुलषित करते आहे. सामान्य प्रजाजनांच्या मनोवृत्तीला दूषित करणारं हे किल्मिष नाहीसं झालं पाहिजे. सांगा सुमंत, अशी निंदा होते आहे ना?

सुमंत : मी नाही म्हटलं तर सत्याचा अपलाप केल्यासारखं होईल...

राम : होय ना? मग मी आता काय करू? राजा दिलीपानं अशा वेळी काय केलं असतं? अजानं काय केलं असतं? राजा दशरथाची... माझ्या पित्याची सत्यनिष्ठा तुम्ही प्रत्यक्ष पाहिली आहे... या सर्वांनी काय केलं असतं अशा प्रसंगी?

सुमंत : असा प्रसंगच उद्भवला नव्हता त्या वेळी.

राम : होय ना? तर मग रघुवंशाच्या पुढच्या वंशजांनी अशा प्रसंगी काय केलं पाहिजे याचा धडा घालून द्यायचा भार माझ्यावर आला आहे. विवेकाच्या कठोर दृष्टीनं मी कोणता निर्णय घ्यावा?

सुमंत : इथं माझी बुद्धी चालत नाही.

राम : लक्ष्मणा, तू सांग... कोणता निर्णय घ्यावा मी अशा वेळी?

लक्ष्मण : आज्ञापालन हे माझं व्रत. कोणत्याही गोष्टीत निर्णय घेण्याचं धाडस केलं नाही मी.

राम : माझा निश्चय ठरला... सीतेच्या त्यागाखेरीज मला दुसरा कोणताच मार्ग

दिसत नाही या वेळी.

सुमंत : हे काय बोलता, प्रभू? निर्दोष सीतादेवीचा आपण त्याग करणार? प्रखर अग्निदिव्य करून जिची कीर्ती सुवर्णासारखी उजळून प्रस्थापित झाली, त्या अयोध्येच्या राज्ञीचा आपण त्याग करणार? त्यापेक्षा अग्निदिव्याची कथा का आपण सांगत नाही या लोकांना?

राम : अग्निदिव्याची कथा काय ते जाणत नाहीत? मी सांगून अधिक काय होणार आहे? त्याच वेळी मी सीतेचा त्याग केला होता... पण तिनं अग्निदिव्य केलं, दोषांचं निराकरण झालं. आकाशस्थ देवांनी तिच्यावर पुष्पवृष्टी केली, म्हणून मी तिचा स्वीकार केला. जे महत्कार्य घडून यावं, म्हणून मी रावणाशी युद्ध केलं, ते सफल झालं होतं. सीतेचा मोह हे त्या युद्धाचं उद्दिष्ट नव्हतं. दुर्जनांचा विध्वंस व्हायचा तो झाला, आता यापुढं सीता रामाच्या सन्निध राहिली काय आणि कुठंतरी गेली काय, जगत्कल्याणाच्या दृष्टीनं दोन्ही गोष्टी सारख्याच आहेत.

सुमंत : लक्ष्मणा, तुम्ही तरी प्रभूंना काही सांगा.

राम : याप्रसंगी मी कुणाचंच ऐकणार नाही. या निंदेचा परिहार झालाच पाहिजे. आज अग्निदिव्याचा उल्लेख करून मी लोकांचं समाधान करायला गेलो तर ते माझ्यावर स्वार्थाचा आरोप करतील... सुंदर स्त्रीच्या मोहानं मी तिच्या दोषावर पांघरूण घालतो आहे असं ते म्हणतील. माझ्यावर इंद्रियलोलुपतेचा आरोप करतील. मला दुःसह होईल तो आरोप. यश हेच ज्याचं धन आहे त्याला आपल्या देहापेक्षा यश मोठं वाटतं. देहसौख्याची चाड या रामाला नाही, हे चौदा वर्षांच्या वनवासानं ठरवलं... आता कसोटीचा हा दुसरा प्रसंग आला आहे. सीतेच्या सहवासामुळे वनवासाची दुःखं मला सहनीय झाली असं ज्यांना वाटत असेल, त्यांच्याच समाधानासाठी मला सीतेचा त्याग केला पाहिजे. हा अपवाद टाळायला याखेरीज दुसरा उपाय नाही. रघुवंशाला यत्किंचितही काळिमा लागेल, असं आचरण मी करणार नाही. सुमंत, रथ तयार करा आणि सीतेला नेऊन गंगापार करा. लोकांत फैलावत असलेली ही अपकीर्ती सहन करणं अशक्य होतंय मला.

सुमंत : नाही, प्रभू नाही. आज्ञाभंगाचा दोष पदरी आला, तरी पत्करला... त्यासाठी प्रभू करतील ती शिक्षा मी भोगीन. पण हे दुष्कर कार्य माझ्या हातून होणार नाही. आज इतकी वर्षं रघुवंशाची मी सेवा केली ती काय रघूच्या वंशजांना वनवासाचा मार्ग दाखविण्यासाठी? कैकेयी मातेच्या आज्ञेनं आपण वनवास पत्करला. त्या वेळी या सुमंतालाच सारथ्य करावं लागलं होतं आणि आता गर्भवती सीतादेवीलादेखील वनवासाला पाठवायचा भार या म्हाताऱ्या सुमंतावरच का टाकणार आपण? नाही प्रभो नाही... देहांताची शिक्षादेखील मी पत्करीन, पण ही आपली आज्ञा पालन करणे माझ्याकडून होणार नाही... मला आज्ञा असावी.

(रामाला नमस्कार करून निघून जातो. राम क्षणभर विचार करीत येरझाऱ्या घालीत असतो.)

राम : लक्ष्मणा!

लक्ष्मण : आज्ञा!

राम : लोकाराधन हे भयंकर दिव्य आहे. इथं आपला-परका हा भेद पाहता येत नाही, दयामाया गुंडाळून ठेवावी लागते.... एक त्याग... नि:स्वार्थी त्यागाशिवाय लोकाराधन होत नाही.

लक्ष्मण : खरं आहे. पण या प्रकरणी जरासा अविचार होतो आहे... थोडी घाई होते आहे असं नाही का तुम्हाला वाटत? राजाचं शील निरपवाद राहिलं पाहिजे हे मी जाणतो, पण लोकापवाद म्हणजे तरी काय? आणि हा लोकापवाद तरी साधार आहे का?

राम : एक शब्दसुद्धा बोलू नकोस. माझा निश्चय झाला आहे... तो आता कालत्रयी बदलणार नाही.

लक्ष्मण : सीता गर्भवती आहे...

राम : हो... तिला वनवासाचे डोहाळे लागले आहेत.

लक्ष्मण : तो वनवास ऐच्छिक आहे. गृहत्याग नव्हे.

राम : एक शब्दसुद्धा बोलू नकोस. सीतेचा त्याग मी करणारच. कुणीही काहीही सांगितलं तरी माझ्या निश्चयात बदल होणार नाही. यापुढं जो कोणी याबाबतीत माझं मन वळवायचा प्रयत्न करील, तिचा पक्ष घेऊन माझ्याशी जो कोणी वाद घालू पाहील... मग तो कुणीही असो... त्याला मी माझा वैरी समजेन. बोल, लक्ष्मणा, माझी आज्ञा पालन करणार आहेस की नाही?

लक्ष्मण : वडिलांच्या आज्ञेनं परशुरामानं मातेचा शिरच्छेद केला. वडिलांची आज्ञा मला प्रमाण आहे.

राम : शाबास! आता असं कर... गंगापार होऊन वनवासाची स्थळं पाहायची तिला अनावर इच्छा झाली आहे... ती इच्छा पूर्ण करायचं मीही तिला वचन दिलं आहे... ते वचन मी अशा रीतीने पूर्ण करतो आहे असाच तिला समज करून देऊन तिला रथातून घेऊन जा.

लक्ष्मण : (साशंकपणे) असंच सांगू का?

राम : हो, हो असंच सांग. ऋषींच्या आश्रमापाशी तिला सोडून...

लक्ष्मण : जशी आज्ञा.

[लक्ष्मण जायला निघत आहे, तोच ऊर्मिला प्रवेश करते.]

ऊर्मिला : थांबा...

राम : कोण? ऊर्मिला?

ऊर्मिला : होय. आपल्या आज्ञाधारक कनिष्ठ बंधूंची पत्नी ऊर्मिला.

राम : तू या वेळी इकडं कशी?

ऊर्मिला : माझ्या पतीची छाया आहे मी. (लक्ष्मण जाऊ लागतो. त्याला) थांबा.

लक्ष्मण : नाही, मला आज्ञा झाली आहे.

ऊर्मिला : मला माहीत आहे. मी छाया आहे तुमची. जे तुम्ही ऐकलं ते मीही सारं ऐकलं आहे. (रामाला) देवा, आधी माझं म्हणणं ऐकून घ्या अन् मग यांना जायला आज्ञा द्या.

राम : थांब, लक्ष्मणा.

ऊर्मिला : या वेळी मी बोलत आहे, ती आपल्या कनिष्ठ बंधूंची पत्नी म्हणून नव्हे, सीतेची बहीण म्हणूनही नव्हे; सत्तेच्या लाथेखाली तुडवल्या जाणाऱ्या स्त्रीजातीची प्रतिनिधी म्हणून बोलते आहे मी! राजा राम, हे काय आरंभलंय आपण? सीतेचा त्याग करणार आपण?

राम : माझं बोलणं तू ऐकलं म्हणतेस, मग माझी प्रतिज्ञा ऐकली नाहीस?

ऊर्मिला : हो... ऐकली. आपण मला वैरीण ठरवाल... वैऱ्याला द्यायची शिक्षा आपण मला दिली तर ती मी आनंदाने शिरोधार्य करीन. पण या अत्यंत कठोर अशा आपल्या निर्दय कृत्याच्या विरुद्ध आपल्याला चार शब्द आधी ऐकवीन.

राम : ऊर्मिला, माझं मन तुला मुळीच का कळत नाही? सीतेचा त्याग करण्यात मला आनंद का होतो आहे? अत्यंत कठोर असं हे दिव्य आहे. लोकाराधनेसाठी केलेलं ते एक आत्मशासन आहे. सीतेनं एकदाच दिव्य केलं, आगीच्या भडकत्या ज्वाळेतून ती एकदाच पोळून निघाली, पण माझं हे दिव्य त्या अग्निदिव्याहूनही खडतर आहे. प्रियसखीच्या विरहाच्या भडकत्या ज्वाळेत मला जन्मभर पोळत राहावं लागणार आहे याची तुला कल्पनाच का नाही?

ऊर्मिला : आणि हे असलंच दिव्य इच्छेच्या विरुद्ध सीतेलाही करावं लागणार आहे याची आपल्याला तरी कल्पना आली आहे का? ते पूर्वीचं दिव्य स्वेच्छेचं होतं... ही सक्ती आहे... अत्यंत निर्दय आणि कठोर अशी सक्ती आहे. दयेच्या मूर्तीच्या तोंडून हा कठोर निर्णय कसा बाहेर आला?

राम : लोकाराधनेसाठी! दया, माया, सौख्य, शांती यांची पर्वा मला वाटत नाही या लोकाराधनेपुढं. तिथं सीतेची काय कथा?

ऊर्मिला : लोकाराधनेसाठी दया सोडा, माया सोडा, सुखशांती सोडा आणि सीतेलाही सोडून द्या... पण रामराज्याचा संस्थापक, रघुवंशाचा दीपक राम, सत्याचा त्याग करणार आहे का? न्यायाचा त्याग करणार आहे का?

राम : एक शब्दसुद्धा बोलू नकोस... पूर्ण विचार करून मी हा निर्णय घेतला आहे.

ऊर्मिला : होय ना? मग सीतेला इथं बोलावून घ्या, तिला सांगा. माझी खात्री आहे, की तुमच्या वचनासाठी ती स्वेच्छेनं वाटेल तेवढा मोठा त्याग करील. तो त्याग करण्याची संधी तिला द्या... ते त्यागाचं श्रेय तिला मिळू द्या...

राम : आता ते होणं नाही...

ऊर्मिला : का? रावणासारख्या योद्ध्याचा विध्वंस करणाऱ्या महापराक्रमी रामाला सीतेला समोर आणून सांगायची भीती वाटते? असा आडून बाण मारायला सीता म्हणजे काही वाली नव्हे!

लक्ष्मण : ऊर्मिले, हा मर्यादेचा अतिक्रम होतो आहे.

ऊर्मिला : हो, मर्यादा सोडूनच मी बोलत आहे. चौदा वर्षं मी विरहाच्या अग्नीत पोळत होते. त्या यातना किती भयंकर आहेत याची मला जाणीव आहे. म्हणून मी बोलतेय. सीतेनंदेखील हा विरह अनुभवला आहे पण तो केवळ सहा महिने! त्या सहा महिन्यांच्या वियोगाच्या वेळी पुन्हा आपल्या पतीची भेट होईल, अशी आशा तरीही होती तिला. पण हा विरह अखंड आहे. इथं आशेला जागा नाही. त्या वेळी रावणानं तिला बळजबरीनं नेलं होतं... तितक्याच रावणी बळजबरीनं आज तिचा तुम्ही त्याग करता आहा. आज्ञापालनाच्या व्रताखाली चिरडून गेलेल्या या माझ्या पतीच्या हातून तिला देशोधडीला लावता आहा. तुमच्या पापाचे वाटेकरी यांना का करता?

लक्ष्मण : ऊर्मिले, माझ्या व्रतपालनावर तू आघात करू नकोस. रामाच्या आज्ञेपुढं मला कशाचीच पर्वा नाही.

ऊर्मिला : ते मला माहीत आहे. पण रामाच्या या कठोर आज्ञाच का तुम्हाला पाळाव्या लागतात? रामावर मोहित होऊन शूर्पणखा आली, त्यांनी तिला तुमच्याकडं पाठवलं आणि तुम्ही तिला विरूप केलं. तसंच हे आताही करता आहात. कोमल वृत्तीचा विच्छेद करायचा असेल, त्या वेळी तसलं ते निर्दयपणाचं कृत्य करायचा भार या आज्ञाधारक बंधूवरच का टाकला जातो?

लक्ष्मण : (संतापाने) चालती हो इथून. एक शब्दसुद्धा बोलू नकोस. हा रामप्रभूंचा अपमान आहे. या अपमानासाठी...

ऊर्मिला : माझा शिरच्छेद करणार आहात? ही घ्या मी मान पुढे केली. सीतेचा पक्ष घेऊन भांडण्यासाठी मी आलेली नाही. जन्मभर तोंड बंद करून राहिलेली मी आज तोंड उघडलं माझं! वडिलांचा अपमान केला, हा अपराध होतो आहे माझा हे मला कळतं, पण स्त्रीजातीच्या कल्याणावर लक्ष ठेवून मी हा अपराध करते आहे. लोकापवादासाठी निर्दोष, स्त्रीचा त्याग करणारा, प्रत्येक पुरुष उद्या रघुकुलोत्पन्न

रामाचं नाव सांगेल आणि आपल्या निर्दोष पत्नीचा त्याग करील, म्हणूनच आज मला असं निर्लज्ज व्हावं लागतंय.

राम : लक्ष्मणा, माझी आज्ञा पालन कर. (जातो.)

ऊर्मिला : (जायला निघालेल्या लक्ष्मणाचा हात धरून) थांबा... मी अर्धांगी आहे तुमची. तुमच्या पापपुण्याची वाटेकरीण आहे. आज्ञाभंगाच्या पापापेक्षादेखील अधिक दुर्धर असलेलं हे पाप तुम्ही तरी करू नका. त्या निर्दोष जिवाची अशी फसवणूक करू नका.

लक्ष्मण : सोड माझा हात... मला जाऊ दे.

ऊर्मिला : एक क्षणभर थांबा. त्या माझ्या दुर्दैवी बहिणीला हे सांगायची तरी मला संधी द्या.

लक्ष्मण : नाही... तसं करणं म्हणजे तो आज्ञाभंगच आहे.

ऊर्मिला : उभ्या आयुष्यात मी तुमच्याकडं काही मागितलं नाही. एवढं माझं मागणं धिक्कारू नका. (त्याचे पाय धरते)

लक्ष्मण : ऊर्मिले, मला क्षमा कर. तुला सुखी करण्याची कोणतीही संधी माझ्या नशिबी नाही... इथंच थांब... माझी शपथ आहे तुला... सीतादेवींना घेऊन मी अयोध्येच्या सीमेबाहेर जाईपर्यंत इथून एक क्षणभरही हलू नकोस. ईश्वर तुझं कल्याण करो.

(तो तिच्या मस्तकावर हात फिरवतो आणि आतून येणारा उमाळा आवरण्याचा प्रयत्न करीत तिच्याकडे पाहत पाहत हळूहळू निघून जातो. ऊर्मिला दगडाच्या पुतळ्यासारखी सुन्न होऊन बसली आहे.)

●

(भूमिकन्या सीता) भा. वि. वरेरकर.

◆

पंपूशेठ पैठणकर

परिचय

शेक्सपीअरच्या नाटकांप्रमाणे मोलिएर या फ्रेंच नाटककाराच्या नाटकांनीही मराठी नाट्यसृष्टीच्या विकासाला साहाय्य केले आहे. गंभीर नाटकांप्रमाणे विनोदी नाटकेही मराठी रंगभूमीवर अखंड येत राहिली व लोकप्रिय झाली, याचे श्रेय जसे कोल्हटकर, गडकरी, अत्रे प्रभृतींच्या विनोदी प्रतिभेला आहे, तसे ते मोलिएरचा व त्याच्या संप्रदायाचा मराठी रंगभूमीवर जो परिणाम झाला, त्यालाही आहे. विनोदप्रचुर नाटके लिहिण्यात कुशल असलेल्या अत्र्यांसारख्या नाटककाराने मोलिएरच्या 'ला व्हार' या नाटकाचे 'कवडीचुंबक' या नावाने रूपांतर केले आहे. त्यातून खालील हास्यपूर्ण वेचा घेतला आहे. चंदन व गुलाब ही दोघे 'चमडी देईन पण दमडी देणार नाही' अशा वृत्तीच्या पंपूशेठची तारुण्यात प्रवेश केलेली मुले. पंपूशेठजींच्या मागच्या आळीत राहायला आलेल्या एका गरीब कुटुंबातील कस्तुरी नावाच्या मुलीशी चंदन लग्न करू इच्छितो. पण ही इच्छा आपल्या कद्रू व लोभी वडिलांच्या कानांवर कशी घालायची या कोड्यात तो पडलेला असतो. केशर पंपूशेठच्या घरी

नोकर म्हणून वावरतो. पण तो खरोखर श्रीमंताचा मुलगा आहे. कस्तुरी ही त्याची बहीण आहे. पण बहीणभावंडांची लहानपणीच ताटातूट झाली असल्यामुळे या रहस्याची त्यांना कल्पना असत नाही. नाटकाच्या शेवटी हे रहस्य उलगडते.

❖

चंदन : मी बाबांना सरळ सांगणार, की कस्तुरीवर माझं प्रेम आहे. तिच्याशी मी लग्न करायचं ठरविलं आहे. तेव्हा बऱ्या बोलानं तुम्ही माझं तिच्याशी लग्न करून देता, का —

गुलाब : अन् त्यांनी नकार दिला तर —

चंदन : तर... तर मग मी फार भयंकर माणूस आहे... काय वाटेल ते मी करीन. हे घर सोडून मी सरळ चालता होईन.

गुलाब : अरे, पण हे घर सोडून तू जाणार कुठं? तुम्ही दोघं आपलं पोट कसं भरणार?

चंदन : तोच तर सगळ्यांत अवघड प्रश्न आहे! मला वाटलंच आमच्या मार्गात तू असे काहीतरी अडथळे उत्पन्न करशील.

गुलाब : छान, मी अडथळे उत्पन्न करते आहे होय रे? तुमच्यापुढं काय काय अडचणी येतील ते मी तुला आपली दाखवून देते आहे.

चंदन : अडचणींना घाबरणारा माणूस मी नाही! बघू त्या जेव्हा येतील तेव्हा करू त्यांचा विचार — ताई, जगात परमेश्वर आहे का, गं?

गुलाब : आहे म्हणजे! प्रश्न आहे काय?

चंदन : कस्तुरीकडं पाहिलं, की जगात परमेश्वर आहे असं मला वाटतं! पण आपल्या बाबांकडं पाहिलं की, परमेश्वर नसावा अशी खात्री होते.

गुलाब : ते का?

चंदन : परमेश्वर असता तर जगातले चांगले चांगले बाप सोडून आपल्याला असल्या कवडीचुंबक बापाच्या पोटी त्यानं कशाला गं जन्माला घातलं असतं?

(आतून पंपूशेठांचा आवाज — 'चालता हो... आधी चालता हो तू!')

गुलाब : अगं बाई, बाबाच इकडं येताहेत, वाटतं! अन् ओरडताहेत कोणाच्या अंगावर?

चंदन : गरीब बिचारा कोणीतरी भिक्षेकरी दिसतो आहे. पाहा, पाहा, कसा सैतान संचारला आहे त्यांच्या अंगात. चल तू. त्यांचं दर्शन नको असं वाटतं!

(दोघे घाईघाईने निघून जातात. इतक्यात एक रामदासी भिक्षेकरी पुढे आणि त्याची मानगूट धरून त्याला धक्के मारीत पंपूशेठ प्रवेश करतात.)

पंपूशेठ : आधी बाहेर हो तू.

रामदासी : जातो मी... पण मला धक्के कशाला मारताय...?

पंपूशेठ : आता जास्ती बोलशील तर लाथ मारीन. चोर... भामटा... गळेकापू—

रामदासी : अहो, पण तुम्ही एवढ्या शिव्या द्यायला अन् धक्के मारायला केलंय तरी काय मी असं?

पंपूशेठ : म्हणजे? करूनच्या करून पुन्हा आणखी मलाच विचारतो आहेस? आता जास्त बोलशील तर थोबाड फोडीन... नाहीतर पोलिसाला बोलावून आणून त्याच्या हवाली करून टाकीन तुला!

रामदासी : पोलिसाच्या ताब्यात देण्यासारखा मी गुन्हा तरी कोणता केला आहे?

पंपूशेठ : काय रे, कोणाला विचारून तू या घरात शिरलास? 'भिकाऱ्यांना या घरात प्रवेश करायला मनाई आहे' असं दारावर मोठ्या अक्षरानं मी लिहून ठेवलं आहे ते वाचलं नाहीस, वाटतं?

रामदासी : मी भिकारी नाही, रामदासी आहे! रामाचा भक्त आहे. समर्थांचा सेवक आहे. या भूमंडळावर वाटेल तेथे जायची आणि हिंडायची आम्हाला मोकळीक आहे. 'जय जय रघुवीर समर्थ' अशी आम्ही आरोळी ठोकली की, राजवाड्याचे दरवाजेदेखील आम्हाला उघडतात. 'समर्थाचिया सेवकां वक्र पाहे, असा सर्व भूमंडळी कोण आहे!'

पंपूशेठ : अरे वा रे वा! म्हणे, असा सर्व भूमंडळी कोण आहे? तुमच्या मानगुटीला धरून तुम्हाला गचांड्या मारायला या भूमंडळावर हा पंपूशेठ पैठणकर समर्थ आहे. तुम्ही रामदासी, संन्यासी, बैरागी अन् भिक्षेकरी निरनिराळी सोंगं घेऊन दिवसाढवळ्या लोकांच्या घरात शिरता आणि देवाची नावं घेऊन राजरोसपणे चोऱ्या करता? मी काय ओळखत नाही तुम्हाला?

रामदासी : शेटजी, तोंड आटोपून बोला... तोंड आटोपून बोला. माझ्यासारख्या रामाच्या भक्ताला तुम्ही चोर म्हणताहात! राम तुमचं कधी कल्याण करणार नाही.

पंपूशेठ : त्याची तू काळजी करू नकोस. राम माझं काय करणार आहे ते राम अन् मी पाहून घेईन. पण रामाच्या नावावर तुझं तर तू व्यवस्थितपणे कल्याण करून घेतो आहेस ना? काय रे, घरोघर हिंडून धान्य अन् पैसे गोळा करतो, ते काय रामाला मनीऑर्डरीनं पाठवून देता होय रे?

रामदासी : तुमच्याशी बोलण्यात काय अर्थ आहे? जातो मी!

पंपूशेठ : जातोस कुठं? असा जाऊ देईन होय तुला मी? (मोठ्याने) केशर, केशर, ए केशा! मेलास काय रे?

रामदासी : (घाबरून) म्हणजे विचार काय आहे तुमचा?

केशर : (धावत येतो) काय मालक?

पंपूशेठ : गाढवा, हा भगवा रामोशी दिवसाढवळ्या घरातून चोरी करून चालला आहे! अन् तू काय झोपा घेतो आहेस काय रे?

केशर : (रामदासाकडे पाहत) मालक, तुम्ही याला ओळखलं नाही वाटतं? अहो, गेल्या वर्षी आपण याला एक पैसा दिला होता —

पंपूशेठ : गेल्या वर्षी याला मी एक पैसा दिला होता? काय, भलतंच काय सांगतो आहेस? शक्य नाही! मी नाही, तू दिला असशील! तरीच गेल्या वर्षीच्या माझ्या हिशेबात एक पैशाची तूट आली होती.

केशर : तुमच्या लक्षात नाही आलं मालक! अहो, तो -तो पैसा! दोन्ही बाजूंनी साफ गुळगुळीत झालेला, गावात दहा ठिकाणी चालविण्याचा प्रयत्न करूनही परत आलेला —

पंपूशेठ : (हसून) अस्सं-अस्सं- तो पैसा! दिलास ना तो तू याला? झालं तर! मग फिरून कशाला त्रास द्यायला हा आला?

केशर : तेव्हापासून हा सोकावलाय. मी ह्याला दहा वेळा सांगितलं, की आम्ही आयुष्यामध्ये फक्त एकदाच दानधर्म करतो - पुन्हा पुन्हा करीत नाही.

पंपूशेठ : अगदी बरोबर!

केशर : (रामदाशाला) काय रे, सांगितलं की नाही मी तुला?

पंपूशेठ : तू हुज्जत कशाला घालतो आहेस त्याच्याशी? आधी त्याचे सारे खिसे तपास – अन् झोळीत काय आहे ते बघ—

रामदासी : म्हणजे हा निव्वळ जुलूम आहे. माझ्यावर चोरीचा आरोप करताहात आणि उलट मलाच लुबाडता आहात की!

केशर : (अगदी बारकाईने त्याचा झाडा घेतो) खिशात काही नाही. फक्त सुपारीची ही दोन खांडे आणि तीन विड्या आहेत—

पंपूशेठ : (त्यांच्यावर झडप घालीत) आपल्याच आहेत त्या — आण इकडं!

रामदासी : मग या झोळीतलं सारं धान्य तुमचंच असेल!

पंपूशेठ : बघू दे! अबब, केवढी रे ही झोळी! भीक मागायला तुम्हाला एवढ्या रे झोळ्या कशाला लागतात? माझा सारा वाडा या झोळीत घालून नेलास तरी कोणाला पत्ता लागायचा नाही!

केशर : (आतून दोन मुठी धान्य काढतो) हिच्यात तांदूळ अन् गहू आहेत.

पंपूशेठ : अरेच्या, हे सगळं आपलंच धान्य आहे की!

रामदासी : आता मात्र कमाल केलीत तुम्ही! अहो, काय बोलता काय? सगळं धान्य सारखंच असतं! या धान्यावर काय तुमचं नाव लिहून ठेवलं आहे काय?

पंपूशेठ : अर्थातच. 'दाने दाने पर लिखा है पंपूशेठ का नाम!' केशर, बघतो आहेस काय? पळ, ही झोळी आतून रिकामी करून आण —

[केशर झोळी घेऊन आत धावत जातो]

रामदासी : (खाली मटकन बसत) जय जय रघुवीर समर्थ!

पंपूशेठ : आता तरी सन्मार्गाने वागा आणि पुन्हा अशा चोऱ्या करत जाऊ नका! (खिशातली विडी तोंडात घालतो)

रामदासी : (ते बघून एका खिशातून काड्यांची पेटी काढतो) घ्या, विड्या घेतल्यात तशी ही काड्याची पेटी घेऊन टाका. (पेटी पंपूशेठच्या अंगावर फेकतो. तो ती आनंदाने घेतो व विडी पेटवतो) झालं आता समाधान?

केशर : (रिकामी झोळी घेऊन येतो व ती रामदाशाच्या अंगावर फेकून देतो) घे ही —

रामदासी : झोळी परत केल्याबद्दल आभारी आहे मी तुमचा. बरं आहे, येतो. (जाता जाता संताप असह्य होऊन) आग लागो साऱ्या कवडीचुंबकांना!

पंपूशेठ : याचा अर्थ?

रामदासी : याचा अर्थ सारे कवडीचुंबक पायांपासून डोक्यापर्यंत पेटोत अन् त्यांची चांगली वस्त्रगाळ राखुंडी आणि भस्म होवो!

पंपूशेठ : कोणाला उद्देशून म्हणालास तू हे?

रामदासी : मी आपला माझ्या मनाला बोललो!

पंपूशेठ : असं काय? ठीक आहे. मग मलाही तुझ्या पाठीशी थोडंसं बोलायचं आहे. केशर, आतून माझा सोटा आण पाहू —

रामदासी : जातो बरं मी, शेटजी! नका तसदी घेऊ. नाहीतर जीव घ्याल तुम्ही माझा. तेवढंच माझं घ्यायचं तुम्ही आता बाकी ठेवलं आहे. जय गोपाळ! (घाईघाईने तो निघून जातो. केशर त्याच्या मागोमाग जातो.)

पंपूशेठ : सोट्याचं नाव काढल्यावर कशी घाबरगुंडी उडाली गुलामाची! छे, छे, छे! माणसाजवळ पैसा असणं ही फार मोठी आफत आहे. जन्मभर कवडी कवडी करून मी एक लाख रुपये शिल्लक ठेवले आणि स्वत:वर नसतं संकट मात्र ओढवून घेतलं— खरंच, दरिद्री लोकांसारखं सुखी नसेल कोणी जगात! कोणतीही गोष्ट सांभाळायची त्यांना मुळी विवंचनाच नसते कधी. आता मी एवढ्या काटकसरीनं राहतो. एक दमडीदेखील कधी खर्च करीत नाही. स्वत:च्या दारिद्र्याचं प्रत्येकाजवळ रडगाणं गातो. तरीदेखील मजजवळ लाख रुपये आहेत ही बातमी

या लोकांच्या कानांवर गेली कशी हे समजत नाही. पैसा एक वेळ जमा करणं सोपं आहे, पण जमविलेला पैसा सुरक्षितपणे ठेवायचा कुठं हा फार मोठा अवघड प्रश्न आहे. बँकेत पैसा ठेवावा म्हटलं तर बँकांची दिवाळी वाजतात अन् त्या बुडतात. तिजोरीत पैसा ठेवून द्यावा म्हटलं तर घरात शिरल्यानंतर चोराचं पहिल्याप्रथम तिजोऱ्यांकडं लक्ष जातं. तेव्हा मी ज्याप्रमाणं बागेत सहा फुटांचा खड्डा खांदून माझे लाख रुपये पुरून ठेवले आहेत, त्याप्रमाणे पैसा जमिनीत पुरून ठेवणं हाच तो सुरक्षित ठेवण्याचा या जगामध्ये एकच मार्ग आहे. आता पुरून ठेवलेल्या पैशांवर भुजंगासारखा पहारा करीत आपल्याला बसता येत नाही सदोदित, ही एक अडचण आहे. पण त्याला नाइलाज आहे. (इतक्यात मागल्या बाजूने गुलाब व चंदन प्रवेश करतात. चंदन खाकरल्यासारखे करतो. पंपूशेठ दचकून मागे पाहतात) गुलाब अन् चंदन! असे चोरट्यासारखे पाय न वाजवता मागून काय रे आलात? केवढ्यांदा मी दचकलो. किती वेळ झाला तुम्हाला येऊन? मी स्वत:शी काहीतरी बडबडत बसलो होतो, ते ऐकलं तर नाही तुम्ही दोघांनी?

गुलाब : काय बोलत होता तुम्ही?

पंपूशेठ : काहीतरी रचीत बसलो होतो झालं हवेतले किल्ले! म्हटलं, मजजवळ जर एक लाख रुपये असते तर खुशाल बागेत जाऊन मी झोपलो असतो.

चंदन : मग तुमच्याजवळ आहेत तर काय झालं लाख रुपये —

पंपूशेठ : मूर्खा, हे तुला कोणी सांगितलं?

चंदन : सांगायला कशाला पाहिजे? साऱ्या गावाला ही गोष्ट माहीत आहे. उलट, मीच सांगतो लोकांना की, आमचे वडील अठराविश्वे दरिद्री आहेत.

गुलाब : मीसुद्धा तेच सांगते की, एक दमडीदेखील त्यांच्याजवळ नाही.

चंदन : उभ्या आयुष्यात त्यांनी कपडे म्हणून कधी शिवले नाहीत.

गुलाब : घरातल्या घरात ते आईची जुनेरी नेसून बसतात.

चंदन : जोडे झिजतील, म्हणून ते काखोटीला मारून स्वत: अनवाणी चालतात. न्हावी आणि परीट यांना आमच्या घरात बंदी आहे.

गुलाब : वैद्याचं औषध घ्यायचं नाही अशी त्यांची प्रतिज्ञा आहे. म्हणून त्यांनी आपल्या बायकोला औषधावाचून तस्सं मरू दिलं. पण आपली प्रतिज्ञा मोडली नाही.

चंदन : रात्रीच्या वेळी आमच्या घरात चूल पेटत नाही, की दिवे लागत नाहीत.

गुलाब : आठवड्यातून दोन दिवस घरातल्या सर्व मंडळींना ते सक्तीचा उपास करायला लावतात.

चंदन : हा वाडा बांधल्यापासून आजतागायत त्याच्या दुरुस्तीचा अन् शाकारणीचा खर्च त्यांनी केल्याचं कोणाला माहीत नाही. अन् त्याची रंगरंगोटी करण्याची पाळी

येऊ नये म्हणून आपल्या मुलामुलींची लग्नंदेखील करायची नाहीत असं त्यांनी ठरवलं आहे.

पंपूशेठ : (चिडून) बस-बस-बस-आलं ध्यानात आणि एवढं तुम्ही सांगितलं, तरी लोकांना वाटतं की, माझ्याजवळ लाख रुपये आहेत म्हणून!

चंदन : वाटतं काय! लोक छातीवर हात मारून सांगतात की, तुम्ही हे लाख रुपये भिंतीत म्हणा, जमिनीत म्हणा किंवा बागेत म्हणा, कुठंतरी नक्की पुरून ठेवले आहेत!

पंपूशेठ : गप-गप-गप! मीट तोंड, मीट तोंड! लोक बोलत असले तरी आपण आपल्या तोंडातून अक्षर काढू नये असं! तुमच्या या बाष्फळ बडबडीचा परिणाम असा होईल की, एक दिवस कोणीतरी तुमचा काका-मामा या घरात शिरेल आणि त्या लाख रुपयांसाठी या पंपूशेठला पायांपासून डोक्यापर्यंत चिरून काढील!

चंदन : आम्ही बोलत नाही हे! लोक बोलतात!

पंपूशेठ : तुम्ही तोंडानं बोलत नसाल, पण तुमचं हे चैनीचं राहाणं अन् हे छानछोकीचे कपडे जगाला सांगतात की, यांच्या बापाजवळ लाख रुपये असले पाहिजेत म्हणून! (चंदनला) हा तुझा कोटच बघ की! केवढ्याचा रे हा?

चंदन : पन्नास रुपयांचा -

पंपूशेठ : (ओरडून) पन्नास रुपयांचा! बबब! माझ्या कोटाला पन्नास ठिगळं आहेत. अन् तू पन्नास रुपयांचा कोट घालतो आहेस, होय रे लेका! (गुलाबला) अन् तुझं हे पातळ गं? हे केवढ्याचं आहे?

गुलाब : साठ रुपयांचं!

पंपूशेठ : साठ रुपयांचं पातळ नेसायला तुला काय वाटलं तुझा बाप आगाखान आहे? पन्नास पन्नास रुपयांचे कोट अन् साठ रुपयांची पातळं खरेदी करण्यात तुम्ही पैसे उधळावेत, म्हणून मी तुम्हाला पैसे देत असतो होय रे?

चंदन : तुम्ही स्वप्नात आहात, बाबा! उभ्या जन्मात तरी कोणतीही गोष्ट खरेदी करण्यासाठी तुम्ही आम्हाला पैसे दिले आहेत का?

पंपूशेठ : असं होय? मग तुम्ही माझ्या फडताळातून पैसे चोरीत असला पाहिजे.

गुलाब : तुमच्या फडताळात आहे काय चोरायला? बिब्बे अन् हळकुंडं!

पंपूशेठ : मग आणलेत कुठून एवढे पैसे हे कपडे घ्यायला?

गुलाब : शब्दांच्या कोड्यांवर मला परवा शंभर रुपये मिळाले.

चंदन : आणि रेसमध्ये 'कवडीचुंबक' या घोड्यावर मला दोनशे रुपये मिळाले.

पंपूशेठ : मग एवढे पैसे तुम्हाला मिळाले तर ते व्याजी लावायचे का कपड्यात खर्च करून टाकायचे? मजजवळ तरी ते आणून ठेवायचे! मी तुम्हाला

दिलं असतं त्यावर चार आणे शेकडा व्याज. (चंदन गुलाबला काहीतरी खुणा करतो) काय रे, खुणा कसल्या करतो आहेस तिला?

गुलाब : आम्हाला किनई बाबा, एका महत्त्वाच्या विषयावर तुमच्याशी काहीतरी बोलायचं आहे.

पंपूशेठ : बरी आठवण केलीत. मलाही तुम्हा दोघांशी एका अतिशय महत्त्वाच्या विषयावर बोलायचं आहे.

चंदन : आम्ही तुमच्याशी... (गुलाबला)... तू बोलतेस का मी बोलू?

गुलाब : मी नाही बोलत. तूच बोल —

चंदन : नको. मी नाही बोलत. तूच बोललेलं बरं!

गुलाब : ठीक आहे. मी बोलते. आम्ही किनई बाबा, लग्न या विषयावर तुमच्याशी बोलणार आहोत.

पंपूशेठ : आश्चर्य आहे. मीदेखील तुमच्याशी लग्न याच विषयावर बोलणार आहे.

गुलाब : (आश्चर्याने) अगं बाई!

पंपूशेठ : अगं बाई? एवढी मोठी मुलगी तू! लग्नाचं नाव काढल्यावर अगं बाई करायला काय झालं तुला? लग्न ही काही घाबरून जाण्यासारखी गोष्ट नाही.

चंदन : त्याचं असं आहे बाबा, मी स्पष्टपणेच तुम्हाला सांगतो, की तुम्ही जुन्या पिढीतले आहात. आम्ही नव्या पिढीतले आहोत. म्हणून लग्नासंबंधीच्या तुमच्या न् आमच्या कल्पना न जुळण्याचाच पुष्कळ संभव आहे, नाही का?

पंपूशेठ : हा निव्वळ तुमचा भ्रम आहे. मी तुम्हाला वाटतो तितका जुना नाही पोरांनो. माझ्या मनात काय आहे हे मी तुम्हाला सांगितलं म्हणजे तुम्ही माझ्यावर निहायत खूश व्हाल आणि म्हणाल की, बाबा, तुम्ही नव्यापेक्षासुद्धा नवे आहात! मी केलेली निवड शंभर टक्के तुम्हाला पसंत पडेल अशी माझी मुळी खात्रीच आहे. (चंदन व गुलाब ही एकमेकांकडे आश्चर्याने पाहतात) आता मी तुम्हाला असं विचारतो की, आपल्या मागल्या आळीत काही महिन्यांपूर्वी एक सुंदर मुलगी आणि तिची आई राहायला आली आहे. तुम्हाला माहीत आहे?

[चंदनचा चेहरा प्रफुल्लित होतो. गुलाब गालांतल्या गालांत हसते]

गुलाब : कस्तुरी नाव ना तिचं?

पंपूशेठ : बरोबर. कस्तुरीच! तुला काय ठाऊक?

गुलाब : कुणीतरी मला सांगितलं!

चंदन : अन् तिच्या आईचं नाव कल्याणीच ना?

पंपूशेठ : बरोबर. कल्याणीच! तुला काय ठाऊक?

चंदन : मलाही असंच कुणीतरी बोललं!

पंपूशेठ : (गुलाबला) तू पाहिली आहेस त्या मुलीला?

गुलाब : नाही... मी कुठून पाहणार?

पंपूशेठ : अन् तू रे?

चंदन : हो, मी पाहिली आहे तिला. एकदाच काय अनेकवेळा!

पंपूशेठ : काय म्हणतोस? आश्चर्य आहे! तू रे कशी पाहिलीस तिला?

चंदन : कशी म्हणजे? पाहिली आपली अशीच.

पंपूशेठ : मग आता मी तुला विचारतो कशी काय वाटते तुला ती?

चंदन : तिच्याबद्दल काय विचारायचं? प्रति अप्सरा आहे ती!

पंपूशेठ : आहे ना? आहे ना ती अप्सरा? बरं, चालण्यात, बोलण्यात, वागण्यात कशी काय वाटली तुला ती?

चंदन : साक्षात देवतेसारखी! जणूकाही स्वर्गीची कुणी देवताच या पृथ्वीतलावर अवतरली आहे.

पंपूशेठ : अशी बायको ज्याला लाभेल, त्याच्यासारखा सुखी आणि भाग्यशाली माणूस कोणी नाही असं सारं जग म्हणेल की नाही?

चंदन : शंका आहे की काय? सारं जग त्या माणसाचा हेवा करील हेवा!

पंपूशेठ : तिच्यात दोष फक्त एकच आहे की, तिची घरची स्थिती गरिबीची असल्यानं तिच्याकडून हुंडाबिंडा मिळण्याची काही आशा नाही.

चंदन : भलतंच काय बोलताय, बाबा! गुणांनी आणि सौंदर्याने अलौकिक असलेल्या अशा मुलीकडून हुंड्याची अपेक्षा करणं म्हणजे निव्वळ अमानुषपणा आहे!

पंपूशेठ : इतकं कठोर बोलण्याची जरुरी नाही. बरं, ते राहू द्या. मग मी केलेली निवड पसंत आहे ना तुम्हा दोघांना?

चंदन : अगदी शंभर टक्के —

पंपूशेठ : ठीक आहे. तर मग शुभस्य शीघ्रम्. पुढल्या आठवड्यातच लग्न करून टाकतो तिच्याशी माझं मी!

[चंदन आणि गुलाब हतबुद्ध होतात.]

●

(कवडीचुंबक) प्र.के. अत्रे

◆

पितृ-ऋण

परिचय

रांगणेकरांच्या 'आशीर्वाद' नाटकातून खालील वेचा घेतला आहे. 'शारदे'तल्या वेच्यात पन्नास वर्षांपूर्वीच्या स्त्रीजीवनातले एक दुःख चित्रित झाले आहे. 'आशीर्वाद' नाटकात लेखकाने आजच्या मध्यम वर्गाच्या स्त्रीजीवनातला असाच एक प्रश्न मोठ्या सहानुभूतीने हाताळला आहे. या मध्यम स्थितीतल्या कुटुंबाचे प्रमुख तात्या आहेत. पन्नाशी ओलांडलेला हा विधुर गृहस्थ नोकरीचे कष्ट उपसून कुटुंबाचा चरितार्थ चालवीत आहे. त्याचे सारे सुख आणि साऱ्या आशा तीन मुलींवर केंद्रित झाल्या आहेत. त्याची वडील मुलगी आक्का. तो तिचे लग्न करून देतो पण दुर्दैव तिच्या सुखाआड येते. नवऱ्याने टाकून दिल्यामुळे तिला माहेरी येऊन राहणे भाग पडते. पित्याचा संसार सांभाळीत आणि सुमित्रा व वासंती या बहिणींवर मायेची पाखर घालीत ती कालक्रमणा करू लागते.

सुमित्रा हुशार असते. परिस्थिती अनुकूल नसूनही तात्या तिला शिकवीत जातात. ते स्वतःच्या सुखसोयींकडे दुर्लक्ष करतात आणि अशा रीतीने वाचविलेली पै न् पै सुमित्रेसाठी खर्च करतात.

तात्यांच्या या त्यागाला गोड फळ येते. सुमित्रा डॉक्टरीण होते. गुरुनाथ नावाच्या डॉक्टराशी यापूर्वीच तिचा स्नेह जमलेला असतो. आता तो तिला मागणी घालतो. ती त्याला संमती देते. पण गुरुनाथाने घरी येऊन तात्यांच्या कानांवर ही गोष्ट घालावी आणि दोघांनी त्यांचा आशीर्वाद घ्यावा असे ती त्याला सुचविते.

पण दुर्दैवाने त्याच दिवशी तात्यांची नोकरी जाते. चार माणसांचा प्रपंच कसा सांभाळायचा, हा प्रश्न दत्त म्हणून त्यांच्यापुढे उभा राहतो. त्यांचे म्हातारे डोळे आशेने डॉक्टरीण मुलीकडे वळतात. सर्व माणसे आपापल्यापरी चांगली असूनही सुमित्रेच्या लग्नाचे विघ्न उभे राहते. या प्रसंगाचे चित्रण नाटककाराने खालील वेच्यात कुशलतेने केले आहे.

❖

सुमित्रा : वासंती, आता तात्या आल्यावर त्यांना एकदम सांगायचं नाही हं, गुरुनाथ येणार म्हणून!

वासंती : आपण तात्यांची गंमतच करू. ते आले की, मी कपाटाच्या आड लपून राहते.

सुमित्रा : मी पण आत दरवाजाआड लपते हं!

वासंती : ते म्हणतील, 'आं, आज हे घरात आहे तरी काय!' ते मला हाका मारतील, 'वशा, ए वासंती' — पण मी तशीच लपून राहीन. तू पण बाहेर येऊ नकोस हं! (चाहूल घेऊन) ताई, आले वाटतं तात्या. जा जा, तू लप जा तू आत.

(सुमित्रा आत निघून जाते. वासंती एका कपाटाआड लपते. तात्यासाहेब कचेरीतून येतात. त्यांच्या खांद्यावर बंदुकीसारखी छत्री आहे. डोकीला शुभ्र रुमाल आणि अंगात लांब डगला आहे. त्यांचे हॉलमधील सजावटीकडे लक्षच जात नाही की काय कोण जाणे! ते मुकाट्याने कपडे उतरवून खुंटीला लावतात व एका आरामखुर्चीवर अंग टाकतात. त्यांचा चेहरा भारीच खिन्न दिसत आहे. ते स्वस्थ आरामखुर्चीवर पडलेले पाहून सुमित्राचा व वासंतीचा उत्साह मावळतो व सुमित्रा दरवाजाआडून आणि वासंती कपाटाच्या आड उभी राहून परस्परांना खुणा करतात. अखेर सुमित्रा आतून हॉलमध्ये आल्याचा बहाणा करून पुढे येते.)

सुमित्रा : (तात्यासाहेबांना आरामखुर्चीवर डोळे मिटून पडलेले पाहून) अय्या, तात्या... तुम्ही केव्हा आलात? आक्का, तात्या आले गं.

तात्या : तू आज घरी कशी? फिरायला नाही का गेलीस?

सुमित्रा : छे!... चहा आणू ना, तात्या?

तात्या : नको... घेतला आहे मी ऑफिसात. (आक्का येते)

सुमित्रा : (त्यांच्याकडे पाहत) तात्या, आज बरं वाटत नाही का तुम्हाला?

तात्या : छे छे! (विषण्णपणातही प्रफुल्लित दिसण्याचा प्रयत्न करीत) वासंती कुठं गेली?

वासंती : (कपाटाआडून) मी आहे ना इथंच केव्हापासून!

तात्या : अगं, मग दिसली नाहीस कशी मला? ये, बाळ, इकडे ये.

वासंती : तुमचं लक्षच नाही आज कशाकडे.

आक्का : अगं, ऑफिसातून थकून आले आहेत ना ते!

सुमित्रा : नाही गं आक्का. तात्यांचा चेहरा काही निराळाच दिसतोय आज.

तात्या : छे, तसं काही नाही गं. (उठून शतपावली घालण्याचा आव आणतात)

आक्का : काही झालं का ऑफिसात तात्या?

तात्या : काय वेड लागलं आहे की काय पोरींनो तुम्हाला? चला.

सुमित्रा : मग कसल्या तरी चिंतेत असल्यासारखे का दिसता तुम्ही!

तात्या : मी? छे...

[असे म्हणून हात झाडून उगीच कसला तरी चरण गुणगुणतात. पण ही शिताफी त्यांना साधत नाही. मधेच ते थांबतात व पलीकडच्या एका खुर्चीवर बसतात. सुमित्रा व आक्का परस्परांकडे पाहतात]

सुमित्रा : तात्या...

तात्या : (दचकून) काय?

सुमित्रा : आल्यापासून मी पाहते आहे... तुमचं कशाकडंच लक्ष नाही. काय चाललं आहे तुमच्या मनात कोण जाणे!

तात्या : (कृत्रिम हसून) शाबास! मानसिक रोगाचीदेखील डॉक्टरीण झालेली दिसतेस तू. हे आता छान झालं. आता बोर्ड रंगवताना नुसतं 'सुमित्रा देशमुख, एम. बी. बी. एस.' एवढं लिहून नाही चालायचं. 'येथे मानसिक रोगही बरे केले जातात.' असं आणखी खाली लिहायला हवं. (हसतात)

वासंती : तात्या, ताईनं आज किती छान दिवाणखाना सजवला आहे, तो पाहिलात तरी का?

तात्या : (आसपास पाहत) अरेच्चा! खरंच की!... हे काय आहे आज? कसला सणबीण तर नाही?

वासंती : दिवाळी आहे, दिवाळी! काय गं ताई, सांग ना! का मी सांगू?

सुमित्रा : (तिच्यावर डोळे वटारून) वासंती!

वासंती : किनई तात्या... बघा कशी डोळे वटारते ती! नाहीतर आक्का तूच सांग. आपणही सांगत नाही नि मलाही सांगू देत नाही.

आक्का : काय सांगायचं त्यात? येतीलच आता ते.

तात्या : ते? कोण ते?

वासंती : किनई, तात्या, ताईचं लग्न जमलं.

तात्या : लग्न? कुणाशी?

वासंती : तिच्याच कॉलेजात डॉक्टर आहेत! गुरुनाथ नाव त्यांचं. येतीलच आता ते.

तात्या : कशाला?

आक्का : कशाला म्हणजे? विचारायला तुम्हाला.

(तात्या गंभीर मुद्रेने शतपावली घालतात. वासंतीही त्यांच्याबरोबर फिरते)

वासंती : चांगले आहेत हो ते तात्या.

[सुमित्रा टेबलाजवळ जाऊन उगाच पुस्तके इकडेतिकडे करीत, पण कान तात्यांच्या शब्दांकडे लावून उभी राहते]

वासंती : करायचं ना तात्या ताईचं लग्न? लग्नात मला ती जरीचा परकर-पोलका शिवणार आहे. होय ना, गं?

तात्या : सुमित्रा...

सुमित्रा : (त्यांच्याजवळ येऊन, पण त्यांच्या नजरेला नजर भिडविण्याचे धैर्य न होऊन) काय तात्या?

तात्या : (गोंधळून) काही नाही... लग्न करणार आहेस होय तू? ठीक.

[सुमित्रा व आक्का एकमेकींकडे पाहतात]

आक्का : असं काय विचारता, तात्या? आता तिचं लग्न करायला नको का? एम. बी. बी. एस. झाली ती. ते पण डॉक्टर आहेत. हुंडाबिंडा काही घेणार नाहीत म्हणे. हो ना, गं सुमित्रा? (सुमित्रा मान हलवते) पाहा... आता काही तिच्या लग्नाची चिंता करायला नको तुम्हाला.

तात्या : (विचित्रपणे हसून) खरंच, करायला नको... आता फक्त आपली चिंता करायला हवी आपल्याला!

आक्का : म्हणजे?

तात्या : म्हणजे असं, की ती लग्न करील आणि घरातून निघून जाईल आणि

आपण... (घुटमळतात)

आक्का : आपलं काय होणार?

तात्या : हो... आपलं काय होणार हाच प्रश्न आहे.

सुमित्रा : म्हणजे मी लग्न करू नको, तात्या?

आक्का : असं काय वेड्यासारखं विचारतेस, सुमित्रा? नको का म्हणतील ते?

तात्या : (त्यांच्याकडे न पाहता) कशावरून म्हणणार नाहीत?

आक्का : तात्या!

वासंती : आणि आता ते आले म्हणजे?

तात्या : काय सांगावं? कदाचित त्यांना नकारही द्यावा लागेल मला. (क्षणभराने) सुमित्रा, तू मुलगा असतीस, तर मी लग्न करू नको म्हटलं नसतं. पण... तू मुलगी आहेस.

आक्का : (तोंड फिरवून) साऱ्याच मुली माझ्यासारख्या दुर्दैवी नसतात. माझं तुम्ही लग्न केलंत... आणि मी परत घरी आले. तसं काही सुमित्राच्याबाबतीत होणार नाही. तिनं आपला नवरा स्वत: निवडला आहे.

तात्या : त्यासाठी मी नको म्हणत नाही.

आक्का : मग?

तात्या : आक्का, आज इतकी वर्षं तिला मी शिक्षण दिलं. ती एम. बी. बी. एस. झाली. कशा परिस्थितीत मी तिचं आजपर्यंतचं शिक्षण पुरं केलं, ते तू आपल्या डोळ्यांनी पाहत आली आहेस. तिची फी, तिची पुस्तकं, तिच्या परीक्षा... या सगळ्यांपायी मी आतापर्यंत बेजार झालो. तुला कधी दोन चांगली लुगडी घेऊन दिली नाहीत की, या वासंतीच्या अंगावर एक चांगलासा दागिना घातला नाही. माझे कपडे फाटले, तरी घरातल्या घरात ठिगळं मारून ते वापरीत आलो. जिथं पै-पैसा वाचविता येईल, तिथं मी अगदी डोळ्यांत तेल घालून तो वाचवला आणि हिचं शिक्षण पुरं केलं आणि आता ही लग्न करून घरातून निघून चालली! कशासाठी मी इतकी वर्षं हाडांची काडं केली? कशासाठी मी आतापर्यंत इतका पैसा खर्च केला?

सुमित्रा : (त्यांचा हेतू लक्षात येऊन) अस्सं! म्हणजे तुमच्या कर्जाची फेड करायला हवी म्हणता मी? सावकार का आहात तुम्ही तात्या? मला कर्ज का दिलं होतं तुम्ही हे?

आक्का : (चमकून) कर्ज? सुमित्रा... सुमित्रा, काय बोलते आहेस हे? (त्यांच्याकडे वळून) तात्या...

तात्या : तूही काही बोलून घ्यायचं असेल तर बोल. तिनं सावकार म्हटलं मला, तू हवं तर पठाण म्हण! सुमित्राला अगदी मुलगा समजून मी आजपर्यंत शिक्षण दिलं ना?

आक्का : पण त्यासाठी तिच्या लग्नाच्या आड कशाला यायला हवं? लग्नानंतरदेखील ती प्रॅक्टिस करून आपल्याला पैसे पाठवू शकेल.

तात्या : आणि ते मी घेऊ?

आक्का : का घेऊ नयेत?

तात्या : मला इज्जत आहे म्हणून... स्वाभिमान आहे... जोपर्यंत सुमित्रा माझी मुलगी आहे, तोपर्यंत तिला मी हक्काने चरितार्थ चालवायला सांगेन. पण ती दुसऱ्याची बायको होऊन घरातून निघून गेल्यावर, प्राण गेला तरी मी तिच्या एका कपर्दिकेला शिवणार नाही. धर्माची भीक नको आहे मला.

सुमित्रा : खरं आहे तुमचं म्हणणं, तात्या. तुम्ही कुठल्या अपेक्षेने मला एवढं शिक्षण दिलंत ते आता मला समजलं. आता मला हे सांगा, आतापर्यंत माझ्यापायी किती खर्च आला तुम्हाला? तो फिटेपर्यंत मी लग्न करणार नाही, हे वचन देते मी तुम्हाला.

आक्का : सुमित्रा!

तात्या : हा हिशेब कधी कोणी बाप लिहून ठेवीत नसतो, सुमित्रा. त्याच्या मुलांनी त्याची नोंद स्वत:च्या अंत:करणाशी करून ठेवायची असते. या आक्कापेक्षा तू अभ्यासात फार हुशार दिसून आलीस म्हणून माझी ऐपत नसतानादेखील तुला एवढं शिक्षण दिलं. शंभर रुपये पगारात एवढा संसार आणि तुझं शिक्षण चालवताना माझी केवढी आटापीट चाले त्याची तुला कल्पना येणार नाही. त्यातच आणखी ही आक्का परत घरी आली. तिला बिचारीला काय बोल लावावा? माझंच दुर्दैव म्हणून तिच्या नवऱ्यानं तिला टाकली. तरीही हे सारं पुढल्या आशेकडं डोळे लावून सहन करीत होतो ना? म्हटलं, तू एकदा डॉक्टरीण झालीस, की सारं काही भरून आलं. निदान म्हातारपणी तरी तुझ्या या बापाला दुसऱ्याच्या तोंडाकडं बघायला नको. पण तू लग्न करून खुशाल घरातून निघून जायच्या तयारीला लागलीस! जणू काय आपला घराशी काहीच संबंध नाही... आपला बाप, बहिणी या साऱ्यांचं काय होईल याची तुला फिकीर नाही.

आक्का : काय व्हायचं? इतकी वर्षं हिचं शिक्षण सांभाळूनदेखील संसार चाललाच होता ना?

तात्या : पण आता यापुढं तो कोण चालवणार?

आक्का : पण आजच त्याचा विचार कशाला तात्या?

तात्या : कशाला? कारण आजच माझी नोकरी गेली!

आक्का : (दचकून) नोकरी गेली? आता?

तात्या : तेच विचारतो आहे मी तुला! कुणी चालवायचा संसार आता? सांग, आता काय एकतारी घेऊन भिक्षा मागायला बाहेर पडू मी? कशाला तुला डॉक्टरीण केली? आज ते पैसे राखून ठेवले असते तर कामाला आले नसते? पण तुझी आई

म्हणायची, आपल्याला मुलगा नाही, सुमित्रालाच मुलगा समजून आपण खूप शिकवू. म्हणून तुला इतकी शिकवून मोठी केली. पण काय झाला त्याचा उपयोग? तुझ्यापायी फुकट फुकट माती मात्र केली इतक्या पैशांची!

(त्यांच्याने पुढे बोलवत नाही. ते उद्वेगाने आतल्या खोलीत निघून जातात. वासंती त्यांच्यामागे धावत जाते. सुमित्रा व आक्का कसल्या तरी भयंकर बातमीने मनाला धक्का बसावा तशा मुद्रेने, ते जात असलेल्या दिशेकडे पाहत राहतात. नंतर सुमित्रा एक जड नि:श्वास टाकून बाजूच्या खुर्चीवर बसते.)

आक्का : सुमित्रा, तात्यांची नोकरी गेली. काय करायचं गं, आता?

सुमित्रा : आता माझं कर्तव्य मला करायला हवं! (पश्चात्तापाने) खरंच, तात्यांना उगीच मी नाही नाही ते बोलले. या वयात त्यांची नोकरी गेली. कुठं मिळणार आता त्यांना दुसरी नोकरी? वयाची पन्नाशी उलटलेली, त्यात आणखी हे लढाईचे दिवस! खरंच, घरात माझ्याऐवजी त्यांना मुलगा असता... अगदी खरं खरं बोलले तात्या. काय चूक होती त्यांची? कशाला आमच्या शिक्षणासाठी आईबापांनी हजारो रुपये खर्च करायचे? शिकून झाल्यावर आपल्या घरातल्या संसाराला हातभार लावता येणार नाहीतर शिकायचं तरी कशाला आम्ही मुलींनी? तात्या —

(ती आत जाण्यासाठी वळणार तोच दरवाजात गुरुनाथ येऊन उभा असलेला तिला दिसतो. ती त्याच्याकडे पाहत असतानाच गंभीर होते. आक्का त्याच्याकडे पाहते. नंतर सुमित्राकडे पाहते. सुमित्राच्या चर्येवरून तो गुरुनाथ असावा असे तिला वाटते व ती आत निघून जाते.)

गुरुनाथ : (पुढे येऊन) सुमित्रा, अशी गप्प का तू? सुमित्रा, मी का आलो आहे माहीत आहे ना तुला?

सुमित्रा : (त्याच्याकडे न पाहता) हो.

गुरुनाथ : तात्या आले नाहीत?

सुमित्रा : आत आहेत.

गुरुनाथ : मग बोलाव ना त्यांना बाहेर!

सुमित्रा : कशाला?

गुरुनाथ : कशाला? वा! अगदी अनोळखी माणसासारखंच बोलते आहेस? त्यांना विचारायला आलो आहे ना मी!

सुमित्रा : काय विचारायचं आहे ते मलाच विचार.

गुरुनाथ : (थट्टा करून तिला हसवण्याच्या उद्देशाने) असं का? (खाकरतो व अभिनय करीत) तात्यासाहेब, मी आपल्याकडं एका महत्त्वाच्या कामासाठी आलो आहे. माझं आपल्या मुलीवर प्रेम जडलं आहे. तिला मी मागणी घालायला आलो

आहे. आपण मला होकार द्याल का?

सुमित्रा : (स्वत:वर काहीही परिणाम करून न घेता) नाही.

गुरुनाथ : काय झालं आहे तुला सुमित्रा? कसला त्रास होतो आहे तुझ्या मनाला? मला नाही का सांगणार? माझ्याशी लग्न करायला कसली अडचण उपस्थित झाली एवढ्यात?

सुमित्रा : माझ्या कर्तव्याची. तुमच्याशी एकदा माझं लग्न झालं की, मी तुमची बायको झाले, तात्यांची मुलगी उरणार नाही. लग्नानंतर तात्यांना माझ्या पैशाचा कसा उपयोग होणार?

गुरू : तुला प्रॅक्टिस करून जी मिळकत होईल, ती तू आपल्या घरी पाठवलीस तर मी तुला कधी नको म्हणेन असं वाटलं का?

सुमित्रा : तुम्ही नको म्हणणार नाही, पण तात्या ती स्वीकारतील असं तुम्हाला वाटतं? त्यांनाही स्वाभिमान आहे. मी लग्न करून गेल्यावर त्यांची कितीही वाईट परिस्थिती झाली तरी ते माझी मदत घेणार नाहीत. त्यांचं ऋण मला इथंच राहून फेडलं पाहिजे.

गुरू : एकूण तात्या इतके स्वार्थी आहेत तर! कुठं आहेत ते?

सुमित्रा : काय विचारणार आहा त्यांना?

गुरू : बाप आहात की सावकार आहात, ते विचारायचं आहे मला त्यांना.

सुमित्रा : गुरुनाथ, तात्यांसारखा बाप मिळायला भाग्य हवं. त्यांना तुम्ही स्वार्थी म्हणता? आईनं मला फक्त जन्म दिला, पण तात्यांनी मला शिकवून एवढं मोठं केलं. आतापर्यंत माझ्यासाठी किती त्रास काढला त्यांनी तो आता मला आठवतो आहे. आपल्या परिस्थितीची मला कधीही जाणीव होऊ न देता, माझी प्रत्येक गरज त्यांनी भागवली. स्वत:च्या कोटाला ठिगळं मारून त्यांनी मला नवीन नवीन साड्या विकत घेऊन द्याव्या. मला उंची उंची सँडल्स घ्यायला पैसे हवेत म्हणून आपली कोकणी वहाण वर्ष वर्ष त्यांनी वापरावी. त्यांनी मला रिस्टवॉच घेऊन दिलं, पर्सेस घेतल्या, उन्हाळ्यासाठी निराळी छत्री, पावसाळ्यासाठी निराळी छत्री, पुस्तकं, फी... कित्ती कित्ती म्हणून माझ्यासाठी त्यांनी पैसा खर्च केला! एकदा आईनं वासंतीसाठी जत्रेत बाहुली घेतली म्हणून तात्या तिला किती बोलले! कारण त्या वेळी थंडीसाठी मला गरम कोट शिवायचा होता! माझ्यासाठी त्यांनी स्वत:ची तर नाहीच, पण घरातल्या संसाराचीदेखील कधी फिकीर केली नाही. स्वत:ची बोट बोट लांब दाढी वाढवून ते मला स्नो आणि आणि पावडर आणून द्यायचे. कित्ती कित्ती गोष्टी आता माझ्या डोळ्यांसमोर उभ्या राहताहेत. माझं शिक्षण कसं पुरं होईल हाच आतापर्यंत त्यांनी ध्यास घेतला होता. आता ते पुरं झालं आणि आता मी लग्न करून घरातून निघून जाऊ? खरंच गुरुनाथ, तुम्ही जा, मला विसरा... तात्यांच्या

म्हातारपणी मला आता या घराची भिंत सावरू द्या!

गुरू : सुमित्रा, घटकेपूर्वी तू मला तात्यांना विचारायला या म्हणून सांगितलंस आणि आता त्याच तोंडानं जा म्हणून सांगते आहेस?

सुमित्रा : घटकेपूर्वीची सुमित्रा फक्त तुमची होती, आता तिच्या जगात तात्या, आक्का आणि वासंती एवढीच माणसं आहेत. आतापर्यंत त्यांनी स्वत:चं पोट मारून माझ्या तोंडात मिष्टान्न घातलं आहे. आज त्यांची नोकरी गेली. आता माझ्यावाचून घरात त्यांना कुणाचा आधार आहे? आतापर्यंत मी सुख भोगलं, आता मला त्यांना सुखी करू दे.

●

(आशीर्वाद) मो. ग.रांगणेकर.

◆

पूजा! पण कुणाची?

परिचय

ऑस्कर वाइल्डच्या 'आयडिअल हजबंड' (आदर्श पती) या नाटकाच्या आधारे वि. वा. शिरवाडकरांनी लिहिलेल्या 'दूरचे दिवे' या नाटकातून खालील वेचा घेतला आहे. या नाटकातला संघर्ष 'शारदा' किंवा 'आशीर्वाद' या नाटकातल्याप्रमाणे केवळ कौटुंबिक किंवा मर्यादित वातावरणातला नाही. प्रत्येक सामाजिक प्रश्न आपापल्यापरी अवघड असतोच. तो सोडवण्याची जबाबदारी ज्याच्यावर येऊन पडते, त्यांच्या सुखदुःखांतून आणि विचारभावनांतून ललितकथेतले काव्य व नाट्य निर्माण होते. त्या दृष्टीने हे नाटक इतर सामाजिक नाटकांसारखेच आहे असे प्रथमदर्शनी भासले, तरी ते सर्वस्वी सत्य नाही. सामाजिक नाटकांचा विकास होऊ लागला की, त्यांच्या विषयांची कक्षा कौटुंबिक अथवा तशाच प्रकारच्या दुसऱ्या मर्यादा ओलांडून विशाल क्षेत्रांना स्पर्श करू लागते.

इब्सेनचे 'दि एनिमी ऑफ दि पीपल' हे असेच एक नाटक आहे. त्या कथेचा नायक एक प्रामाणिक डॉक्टर आहे. आपल्या गावातले पाणी दूषित झाले आहे असे त्याला आढळून येते. त्या

गावी हवापालटाकरता बाहेरगावचे शेकडो लोक येण्याचा हा हंगाम असतो. अशा प्रवाशांवरच त्या गावाचे उत्पन्न अवलंबून असल्यामुळे ऐनवेळी डॉक्टरने पाण्याच्या दूषितपणाविषयी आपले मत जाहीर केले, तर सारा गोंधळ उडून जाईल; प्रवासी हवापालटाकरता दुसऱ्या गावी जातील आणि उत्पन्न खालावल्यामुळे गावाची दुर्दशा होईल अशी भीती अनेकांना वाटते. ती सर्व मंडळी- त्यात नगराध्यक्ष असलेला डॉक्टरांचा भाऊसुद्धा असतो - सत्य लपवून ठेवण्याचा नायकाला आग्रह करतात. या मंडळींत समाजाला मार्गदर्शन करणारे वृत्तपत्रांचे जहाल-मवाळ संपादक असतात; साऱ्या शहराच्या आरोग्याची जबाबदारी ज्यांच्यावर आहे असे नगराध्यक्ष असतात; लोकमताविरुद्ध जाऊन आपले स्वास्थ्य बिघडवून घेण्यात काय फायदा आहे असा सवाल करणारी कुटुंबातली मंडळीही असतात पण डॉक्टर स्टॉकमन कुणाचेच ऐकत नाहीत. त्याच्या रक्ताच्या कणाकणांत तत्त्वनिष्ठा आहे. सत्य लपवून ठेवण्यासारखा जगात दुसरा कुठलाही गुन्हा नाही असे त्याचे प्रामाणिक मत आहे. तो सत्य प्रकट करतो. त्याचे मित्र आणि आप्त त्याची गणना मूर्खांत करतात, त्याच्यावर उलटतात. सर्वस्वाला मुकण्याचा प्रसंग त्याच्यावर येतो. पण डॉक्टर स्टॉकमन स्वभावाने धीरोदात्त आहे. व्यवहारात होणाऱ्या पराभवातच ध्येयवादाचा विजय असतो, या जाणिवेने तो स्वतःशी हसतो. जखमांतून वाहणाऱ्या रक्ताकडे एखाद्या वीरपुरुषाने जसे अभिमानपूर्ण दृष्टीने पाहावे तसा तो आपल्यावर उलटलेल्या लोकांकडे पाहतो.

'दूरचे दिवे' या नाटकातली मध्यवर्ती कल्पनाही अशीच आहे. धर्म आणि व्यवहार यांच्या संघर्षाचे चित्रण या नाटकात आधुनिक काळाला अनुरूप अशा कथानकाच्या द्वारे नाटककाराने केले आहे. जे फायदेशीर असते ते नेहमीच चांगले असते असे नाही. किंबहुना एकाचे सुख अनेकदा दुसऱ्यांच्या दुःखावरच उभारले जाते. ज्या प्रासादावर सोन्याचे कळस चमकत असतात त्याच्या पायात अनेक पापे गाडलेली असतात. पण हे कळत असूनही, स्वार्थाच्या, लोभाच्या, मोहाच्या, प्रतिष्ठेच्या किंवा शारीरिक सुखाच्या आहारी जाऊन बुद्धिमान माणसेसुद्धा धर्म आणि व्यवहार यांत उंच भिंत उभारतात. 'हा व्यवहार आहे' म्हणून आपल्या अपकृत्यांचे ती समर्थन करतात. यंत्रयुगामुळे जीवन-कलह जो जो अधिक कठीण

आणि अधिक गुंतागुंतीचा बनत आहे, तो तो पाप आणि पुण्य यांच्यामधील स्पष्ट रेषा पुसट होत आहे. प्राचीन समाजात पाप किंवा अनीती यांची स्वरूपे स्थूल प्रकारची होती. जशी त्या काळची शस्त्रे, तशीच पापे. अन्याय करणाऱ्याचे हात त्या काळी आजच्याइतके दूरवर पोहोचत नसत. पण आजकालची पापे या विसाव्या शतकातल्या शस्त्रांप्रमाणेच दूरगामी झाली आहेत. ती नवनवी सूक्ष्म स्वरूपे धारण करून समाज-मन आणि समाज-जीवन पोखरून काढीत आहेत. अशा एका पापातून आधुनिक काळ हा सभ्य गृहस्थ असल्यामुळे तो पापालासुद्धा चूक म्हणून संबोधतो ही गोष्ट निराळी– निर्माण झालेले नाट्य खालील वेच्यात पाहायला मिळेल.

या नाटकाचा नायक विश्राम हा लोकमंत्री आहे. ज्याच्या चारित्र्याविषयी स्वप्नातसुद्धा कुणी शंका घेणार नाही असा पुढारी आहे तो. त्याची पत्नी सौदामिनी हिला आपल्या कर्तृत्ववान पतीच्या निष्कलंक चारित्र्याचा अतिशय अभिमान वाटत असतो. पण क्रूर स्पर्धेने भरलेल्या आजकालच्या जीवनात, 'मोठ्या माशाने लहान माशाला गिळणे हा सृष्टीचा न्यायच आहे' असे मानणाऱ्या समाजरचनेत, विश्रामसारखा सामान्य स्थितीतला मनुष्य बुद्धिवान अथवा कर्तृत्ववान असला, तरी तो आपल्या लायकीप्रमाणे उच्च पदाला पोहोचेलच असे नाही. तो तिथे न पोहोचण्याचाच संभव अधिक. उच्च पदे ही हृदयशून्य स्पर्धेवर उभारलेल्या समाजरचनेत उत्तुंग गिरिशिखरांसारखी होऊन बसतात. चढणाऱ्याच्या पायांत आणि मनात कितीही नेट असला तरी तो त्यातले एखादे शिखर गाठेल, ही गोष्ट जवळजवळ अशक्य कोटीतलीच असते. पैशाचे पंख लाभले तरच तो सहजासहजी त्या शिखरावर जाऊन बसतो. विश्रामच्याबाबतीत नेमके हेच घडलेले आहे. आपल्या उत्कर्षाचे मंदिर त्याने आपल्या कर्तृत्वाने बांधले असले तरी ते एका पापावर उभारलेले आहे. त्याच्या या अपकृत्याची सौदामिनीला कल्पना नसते. पण तारामती नावाच्या एका धाडसी व बुद्धिमान स्त्रीला विश्रामचे हे रहस्य ठाऊक असते. केवळ पैशाने तिचे तोंड बंद करता येईल असे विश्रामला वाटत नाही. त्या रहस्याचा स्फोट होणे म्हणजे लौकिकदृष्ट्या विश्राम धुळीला मिळणे, विश्रामविषयीच्या सौदामिनीच्या अभंग श्रद्धेला व उत्कट प्रेमाला सुरुंग लागणे! ही

कल्पनाच विश्रामला सहन होत नाही. विश्रामचे रहस्य, त्या रहस्यामागची त्याची भूमिका आणि त्या भूमिकेतून व्यक्त होणारे त्याचे जीवनविषयक आधुनिक तत्त्वज्ञान या सर्वांवर खालील वेच्यात नाटककाराने कुशलतेने प्रकाश टाकला आहे.

❖

[विश्रामच्या घरातील एक प्रशस्त खोली. सदानंद सचिंत होण्याचा प्रयत्न करीत एका मेजाला टेकून उभा आहे. विश्राम अस्वस्थ होऊन खुर्चीवर बसलेला आहे.]

सदानंद : विश्राम, ही सारीच गोष्ट फार विलक्षण आहे. माझं मत विचारशील, तर हे सारं प्रकरण तू तुझ्या बायकोला सांगायला हवं होतंस. माणसानं आपल्या बायकोपासून काहीही लपवून ठेवू नये. बायकांपासून एखादी गोष्ट लपवायची असेल तर ती त्यांच्यासमोर उघडच केली पाहिजे!

विश्राम : सौदामिनीला हे सांगणं शक्य नव्हतं, सदानंद. आणि कधी सांगणार? काल रात्री? माझ्या जीवनातील ती शेवटची सुखाची रात्र ठरली असती. नाही. ते शक्य नव्हतं! एखाद्या अमंगल पिशाचापासून दूर व्हावं, त्याप्रमाणं ती माझ्यापासून दूर झाली असती. मला कायमची दुरावली असती.

सदानंद : तुझी सौभाग्यवती काय एखादी अतिमानवी देवता आहे?

विश्राम : होय, सद्‌गुण आणि सद्‌गुणांवरील श्रद्धा ही जर अतिमानवी आणि दैवी असतील तर ती अतिमानवी देवताच आहे.

सदानंद : मोठी दुर्दैवाची गोष्ट आहे! (सावरून) माफ कर विश्राम, मला तसं काही म्हणायचं नाही. पण तू म्हणतोस ते खरं असेल तर तुमच्या जीवनाचं तत्त्वज्ञान काय, हा सुप्रसिद्ध प्रश्न मला सौदामिनीताईंना एकदा विचारला पाहिजे आणि जीवनाचं खरं तत्त्वज्ञानही त्यांना समजावून सांगितलं पाहिजे. पण ही गोष्ट त्यांना तू पूर्वीच का नाही सांगितलीस?

विश्राम : लग्नापूर्वी? मग तिनं माझ्याशी लग्नच केलं नसतं. सौदामिनीच्या प्रेमावाचून, सहवासावाचून माझं जीवन अशक्य होतं, सदानंद. माझ्या मोठेपणाचा उगम इतका हीन आहे हे तिला समजलं असतं, तर माझ्या गळ्यात हार घालण्यासाठी उचललेला हार तिनं पायांखाली तुडवला असता आणि त्याबरोबर माझ्या जीवनातली सारी सुंदर स्वप्नंही चिरडली गेली असती. इतकं धैर्य मला झालं नाही.

सदानंद : (संथपणे) होय, सौदामिनीच्या आणि लोकांच्या दृष्टीनं तुझ्या

मोठेपणाचा उगम हीन आहे यात शंका नाही.

विश्राम : (चिडून) लोकांच्या दृष्टीनं! ज्यांच्या प्रत्येक पावलाखाली संसारातील सद्‌भावनांचा, सत्याचा आणि पवित्रतेचा संहार होत आहे, त्या लोकांच्या दृष्टीनं! घटकेच्या स्वार्थासाठी कुठल्याही माणसाचा आणि कुठल्याही तत्त्वाचा गळा चिरायला ज्यांनी क्षणमात्र संकोच केला नसेल अशा लोकांच्या दृष्टीनं!

सदानंद : लोक असे असतात म्हणूनच इतरांच्या दोषांवर चंचुप्रहार करणं त्यांना जरूर वाटतं. समाजातील निंदक हे कावळ्याप्रमाणे स्वत: अमंगल असतात आणि म्हणून जगातील अमंगलावरच त्यांचा चरितार्थ चाललेला असतो.

विश्राम : आणि या गोष्टीमुळे मी कुणाचं नुकसान केलं आहे का? कुणाच्या हिताची पायमल्ली केली आहे का? कुणाच्या जीवनाला जखम केली आहे का?

सदानंद : फक्त स्वत:च्या जीवनाला जखम केली आहेस तू!

विश्राम : (क्षणभर थांबून) अर्थात ही गोष्ट खरी आहे की, काही सरकारी माहितीचा मला सुगावा लागला आणि तिचा मी स्वत:साठी उपयोग केला; परंतु आजच्या जगात वैभवाची प्रत्येक मजलेदार इमारत एखाद्या रहस्याच्या पायावरच उभारलेली असते.

सदानंद : पायात चिणलेल्या त्या रहस्याचं पिशाच शेवटी त्या मजलेदार इमारतीच्या छपरावर उभं राहून ओरडू लागतं, इतकंच!

विश्राम : (उठून फिरू लागतो) सदानंद, दहा-बारा वर्षांपूर्वी तारुण्याच्या नव्हाळीत हातून घडलेल्या एखाद्या कृत्यानं माझं सारं आयुष्य कलंकित होऊ शकतं का? दरोडे घालणाऱ्या गुन्हेगारांच्या तुरुंगवासालासुद्धा मर्यादा असते. माझ्या हातून घडलेला गुन्हा, जर त्याला गुन्हा म्हणता येत असेल, तर इतका भयंकर आहे का, की त्यासाठी माझं सारं जीवन जमीनदोस्त व्हावं? शुद्ध अन्याय नाही का हा?

सदानंद : न्याय ही गोष्ट फक्त अन्याय या शब्दात आणि तीही अभावानंच शिल्लक राहिली आहे. न्यायाची अपेक्षा कुणी करू नये.

विश्राम : प्रत्येक युगाची विशिष्ट शस्त्रं असतात आणि महत्त्वाकांक्षी माणसाला त्या शस्त्रांनीच त्या युगाशी लढावं लागतं. संपत्ती हे आजच्या युगाचं शस्त्र आहे. संपत्तीच्या आधाराशिवाय या युगात कुणी यशस्वी होऊ शकणार नाही; मीही झालो नसतो.

सदानंद : विश्राम, तू आता स्वत:वरच अन्याय करीत आहेस. माझी खात्री आहे, केवळ आपल्या कर्तबगारीनंही तू यशस्वी झाला असतास.

विश्राम : होय, कदाचित झालोही असतो. पण म्हातारपणी! यशस्वी होण्याची इच्छा नाहीशी झाल्यावर! मनगटातील सामर्थ्य क्षीण झाल्यावर! अंत:करणातील

महत्त्वाकांक्षा मरून गेल्यावर! सदानंद, प्रेताच्या छातीवर पडणाऱ्या फुलांच्या राशीनं त्याचा कधी गौरव होतो का? यौवनात यश मिळालं तरच त्याची मातब्बरी वाटते. मला यश मिळवायचं होतं आणि वृद्धापकाळानं मान नम्र होण्यापूर्वी ते मिळवायचं होतं!

सदानंद : तुझी आकांक्षा पुरी झाली आहे यात शंका नाही. चाळिशी उलटायच्या आतच तू मुंबईचा लोकप्रिय नेता झाला, कायदे-मंडळात निवडून आलास आणि मंत्रिपदासारख्या जबाबदारीच्या जागेवर तुझी योजना झाली.

विश्राम : आणि दहा वर्षांपूर्वी केलेल्या एका गोष्टीसाठी हे सारं माझ्यापासून हिरावून घेतलं जावं? एका क्षुल्लक अपराधासाठी मी सामाजिक आणि राजकीय जीवनातून हद्दपार व्हावं.

सदानंद : असं कसं तू पैशासाठी स्वत:ला विकून घेतलंस?

विश्राम : (आवेशाने) मी पैशासाठी स्वत:ला विकून घेतलं नाही, सदानंद. मी यश विकत घेतलं आणि तेही फार मोठी किंमत देऊन.

सदानंद : होय, फार मोठी किंमत देऊन! पण ही वाट तुला दाखवली कुणी?

विश्राम : सर विश्वनाथ डोंगरे यांनी!

सदानंद : सर विश्वनाथ डोंगरे! मेलेल्या माणसाबद्दल वाईट बोलू नये. पण काही माणसं मेली, तरी त्यांच्याबद्दल चांगलं बोलता येणं शक्य नसतं. पट्टीचा बदमाश!

विश्राम : असं म्हणू नकोस. त्यांच्या काळातील ते श्रेष्ठ राजकारणी पुरुष होते. व्यासंग, दूरदृष्टी, प्रखर बुद्धिमत्ता आणि सफाईदार वक्तृत्व यांचा दुर्मीळ संगम झालेला होता त्यांच्या ठिकाणी. त्यांच्याइतका बुद्धिमान माणूस माझ्या क्वचितच पाहण्यात आला आहे.

सदानंद : बुद्धिमान बदमाशापेक्षा सज्जन मूर्ख मला अधिक प्रिय वाटतो. मूर्ख माणसं लोक समजतात त्याहून पुष्कळच जास्त आदराला पात्र असतात. मूर्ख लोकांनी जगाचा फायदा केला नसेल इतकंच; परंतु बुद्धिमान लोकांनी जगाचं नुकसान केलं आहे! कदाचित हे स्वत:चंच कौतुक होत असेल; परंतु बुद्धिमंतापेक्षा मूर्खांचीच समाजाला अधिक आवश्यकता आहे. पण विश्राम, सर विश्वनाथांच्या जाळ्यात तू कसा सापडलास?

विश्राम : (आराखुर्चीत बसून) मी त्या वेळी आय.सी.एस. होऊन मुंबईला सेक्रेटरीएटमध्ये कामाला होतो. लोकांच्या दृष्टीनं श्रीमंती, सत्ता आणि सुख या तिन्हींचा मला लाभ झाला होता; परंतु या तिन्ही गोष्टी माझ्यापासून फार दूर होत्या. हजार रुपयांचा तनखा खिशात पडत होता; परंतु आय.सी.एस.साठी झालेलं हजारो रुपयांचं कर्ज माझ्या माथ्यावर होतं. सत्ता मिळाली होती, पण कचेरीच्या चार

भिंतींपलीकडे त्या सत्तेला अवसर नव्हता. त्या लहानशा सोनेरी पिंजऱ्यात माझ्या तरुण, महत्त्वाकांक्षी मनाला समाधान वाटेना, सुख मिळेना. सर्व समाजाच्या अंत:करणावर स्वामित्व गाजविण्याचं, लोकांचा नेता होण्याचं स्वप्न मी लहानपणापासून पाहत होतो. लोकनेता होण्याऐवजी वरिष्ठ दर्जाची मजुरी करणारा एक गुलाम मात्र झालो मी! शृंखला तोडावी असं वाटत होतं; परंतु नंतरच्या स्वप्नपूर्तीसाठी जरूर असलेलं साधन माझ्याजवळ नव्हतं. याच काळात सर विश्वनाथांची आणि माझी भेट झाली. तो प्रसंग मी कधी विसरणार नाही. (एखादे स्वप्न पाहत असल्याप्रमाणे) सरसाहेबांची वृद्ध; परंतु तेजस्वी मूर्ती मध्यभागी एका कोचावर बसली होती आणि आम्ही तरुण मंडळी सभोवार बसून आदरानं आणि कुतूहलानं त्यांचं प्रभावी वक्तृत्व ऐकत होतो... पाइपमधून बाहेर पडणारी धुराची वलयं त्यांच्या मस्तकाभोवती एखाद्या प्रभावळीप्रमाणं तरंगत होती. त्यांचा प्रत्येक शब्द पहाटे ऐकू येणाऱ्या घंटानादाप्रमाणे स्पष्ट, अर्थपूर्ण आणि गंभीर वाटत होता... सत्ता आणि सुवर्ण यांच्या पूजनाचं... निर्दय एकनिष्ठ पूजनाचं... तत्त्वज्ञान ते आम्हाला समजावून सांगत होते. आपल्या शब्दांचं सामर्थ्य अजमावण्यासाठी त्यांची तीव्र दृष्टी प्रत्येकाच्या डोळ्याचा वेध घेत होती... त्यानंतर काही दिवसांनी मलबार हिलवरील आपल्या निवासात त्यांनी मला बोलावून घेतलं. कुबेराला शोभण्यासारखं आपलं सर्व ऐश्वर्य त्यांनी मला दाखवलं आणि सांगितलं, — हे ऐश्वर्य म्हणजे रंगभूमीवर मांडलेला केवळ एक देखावा आहे. जीवनातली महत्त्वाची गोष्ट म्हणजे सत्ता, अधिकार आणि ही गोष्ट केवळ श्रीमंतांनाच साध्य आहे. श्रीमंतांना विकत घेता येत नाही अशी कोणतीही गोष्ट नाही!

सदानंद : अगदी उथळ आणि अधम तत्त्वज्ञान!

विश्राम : मला तेव्हा तसं वाटलं नाही... आणि आजही वाटत नाही. पैशामुळंच मला सत्ता मिळाली आहे, या अधिकारापर्यंत मी पोहोचू शकलो आहे. त्यामुळंच मला स्वातंत्र्य मिळालं, नोकरीची शृंखला मला तोडता आली. सदानंद, तू कधीच गरीब नव्हतास आणि महत्त्वाकांक्षीही नव्हतास. सर विश्वनाथांनी जी संधी मला दिली, तिचं महत्त्व तुला कधी समजणार नाही.

सदानंद : कोणती संधी दिली?

विश्राम : मी जायला निघालो तेव्हा त्यांनी मला एक सूचना केली. मी त्यांना काही विशिष्ट महत्त्वाची माहिती पुरविली, तर... तर ते मला श्रीमंत करणार होते. तीन आठवड्यांनंतर सरकारी अंदाजपत्रकाचे कागद माझ्या हाती आले.

सदानंद : (जमिनीवर दृष्टी खिळवून) अंदाजपत्रकाचे कागद?

विश्राम : होय.

सदानंद : (एकदम दृष्टी वरती उचलून) विश्राम, अशा मोहाला बळी पडण्याइतका

तू दुबळा असशील असं वाटलं नव्हतं मला.

विश्राम : (उठून तिरस्काराने) मोहाला बळी पडण्याइतका दुर्बळ! प्राथमिक पुस्तकातल्या या शब्दप्रयोगावर तुझी अजूनही निष्ठा आहे! मोहाला बळी पडण्याइतका दुर्बळ! किती मूर्खपणाची कल्पना! ज्या भेकडांच्या जीवनात कधी मोह आले नाहीत आणि मोहाच्या समोर उभं राहण्याचा धीर ज्यांना झाला नाही, त्यांनी स्वत:चं केलेलं समर्थन आहे हे. सदानंद, मोहाला बळी पडण्यासाठी फार मोठं सामर्थ्य लागतं, फार मोठं धैर्य लागतं. एका क्षणासाठी पूर्वीची सारी कमाई, सारी कीर्ती, सारं भवितव्य पणाला लावावं लागतं. एका मोहाकरिता... मग तो सत्तेचा असो वा सुखाचा असो... स्वत:चं सारं जीवन जाळून टाकण्याची सिद्धता ठेवावी लागते. ते धैर्य माझ्याजवळ होतं. सर विश्वनाथांना हवी असलेली माहिती मी त्यांना पुरवली. त्या माहितीच्या अनुरोधानं केलेल्या व्यवहारात त्यांना कित्येक लाखांचा फायदा झाला.

सदानंद : आणि तुला?

विश्राम : मला त्यांनी दोन लाख रुपये दिले.

सदानंद : तुझ्या त्यागाची किंमत याहून अधिक व्हायला हवी होती.

विश्राम : नाही, मला ते पुरेसे होते. या पैशानं मला स्वातंत्र्य मिळवून दिलं. मी ताबडतोब नोकरी सोडली आणि राजकारणात पडलो. सरसाहेबांच्या सल्ल्याप्रमाणं मी माझे पैशाचे व्यवहार करीत होतो. दोन-तीन वर्षांत मी लक्षाधीश झालो. नंतर... नंतरचं तुला सारं माहीत आहे. माझं नशीब सिकंदर ठरलं. इतकं, की हा आपल्याला शाप आहे की काय अशी विचित्र भीती मला कधीकधी वाटू लागे. मी हात लावीन, त्या वस्तूचं सोनं होई. मी पाय टाकीन तिथं माझा गौरव होई.

सदानंद : या गोष्टीचा तुला कधी पश्चात्ताप झाला नाही?

विश्राम : कधीही नाही. मला लढायचं होतं. समाजानं मान्य केलेलं हत्यारच मी उचललं आणि अखेर विजयी झालो!

सदानंद : (उद्वेगाने) होय, विजयी झालास. निदान तुला वाटलं, आपण विजयी झालो.

विश्राम - होय, मला असं वाटलं. (क्षणभर थांबून व एका खुर्चीवर बसून) सदानंद, ही हकिकत ऐकून तुला माझ्याबद्दल तिरस्कार वाटू लागला आहे का?

सदानंद - (किंचित भावनावश होऊन) मला तुझ्याबद्दल फार वाईट वाटतं. विश्राम, फार वाईट वाटतं.

विश्राम : मला पश्चात्ताप वाटला नाही; निदान नेहमीच्या निर्बुद्ध अर्थानं वाटला नाही; परंतु या अपराधाची भरपाई मी केली. त्या एका प्रसंगानंतर देशासाठी कुठलाही त्याग करायला, कुठलंही संकट सहन करायला मी मागं-पुढं पाहिलं

नाही, की कुठल्याही थोर तत्त्वापासून आणि निष्ठेपासून मी रेसभर बाजूला ढळलो नाही. सरसाहेबांपासून जितके पैसे मी घेतले त्याहून कितीतरी अधिक पैसे मी वेगवेगळ्या सामाजिक संस्थांना देणग्या म्हणून दिले आहेत.

सदानंद : सामाजिक संस्थांना देणग्या! समाजाचं किती नुकसान केलंस तू! ठीक आहे. तुला हे सांगण्याची जरुरी आहे असं नाही.

विश्राम : सदानंद, मी तुझा आभारी आहे. शब्द औपचारिक असले तरी अर्थ औपचारिक नाही. मला तुझी फार जरुरी आहे. पण काय करता येईल आपल्याला?

सदानंद : काय करता येईल? (खुर्चीवर मागे मान टाकून बसतो) चुका कबूल करणारे पुढारी समाजाला आवडतात. तो जितक्या जास्त चुका कबूल करील, तितकी त्याच्या लोकप्रियतेत अधिक भर पडते... पण तुझ्याबाबतीत असा कबुलीजबाब देऊन चालणार नाही. हे प्रकरण जरा चमत्कारिक आहे. लोक स्वभावत: इतके अनीतिमान असतात की, आपल्या नेत्यांनी व्यासपीठावरून नीतिमत्तेचा जयघोष केलेला ऐकल्याशिवाय त्यांना चैन पडत नाही आणि तू हा कबुलीजबाब दिलास तर असा जयघोष करण्याचा अधिकार तुला राहणार नाही. तुला व्यासपीठावरून उतरावं लागेल, सामाजिक जीवनातून बाहेर पडावं लागेल.

विश्राम : (सावेश) नाही, त्यापूर्वी माझं सर्व बळ पणाला लावून मी लढल्याशिवाय राहणार नाही.

सदानंद : ही एकच गोष्ट करणं शक्य आहे आणि शक्य नसलं तरी तीच करणं इष्ट आहे. तिची सुरुवात म्हणून सौदामिनीताईंना ही सारी हकिकत तू सांगायला पाहिजेस.

विश्राम : ही एकच गोष्ट मला करता येणार नाही!... पण या तारामतीसंबंधी काय? तुला तिच्यासंबंधी थोडी माहिती आहे असं दिसलं काल.

सदानंद : होय; थोडीशी आहे, किंबहुना होती. पण इतकी थोडी होती की, मी तिच्याशी लग्न करायला तयार झालो होतो!

विश्राम : मग?

सदानंद : ते लग्न झालं नाही आणि मी अद्यापही अविवाहित आहे! का झालं नाही हे आज नक्की सांगता येणार नाही. किंबहुना माझी स्मरणशक्ती फार दुर्बळ आहे... पण तो महत्त्वाचा मुद्दा नाही. तू तारामतीला पैसे देऊ केले नाहीस का? तिला पैशासंबंधी बरंच प्रेम आहे.

विश्राम : ती म्हणेल ती रक्कम तिला द्यायला मी तयार होतो; परंतु तिनं साफ नकार दिला.

सदानंद : सर विश्वनाथांचं तत्त्वज्ञान कोसळून पडलं! श्रीमंतांना साऱ्याच गोष्टी खरेदी करता येत नाहीत!

विश्राम : हो, साऱ्याच गोष्टी खरेदी करता येत नाहीत. तू म्हणतोस, ते खरं आहे. (निराशाधीन होऊन) सदानंद, माझा अध:पात जवळ आला आहे असं मला वाटतं. मला भीती वाटू लागली आहे. सभोवार अंधार दाटू लागला आहे आणि कुणाचे तरी अस्थीसारखे हात माझ्या गळ्यावर आवळू लागले आहेत! आता सर्वनाशातून सुटका नाही.

●

(दूरचे दिवे) वि. वा. शिरवाडकर.

◆
लेखकांचा परिचय

ब. पां. किर्लोस्कर – (बळवंत पांडुरंग किर्लोस्कर : १८४३-१८८५)

हे अण्णासाहेब किर्लोस्कर या नावाने महाराष्ट्रात प्रसिद्ध आहेत. मराठी नाट्यकलेचा प्रारंभ १८४३ साली झाला. पण किर्लोस्करांचा उदय होईपर्यंत या कलेचे स्वरूप फार सामान्य होते. किर्लोस्करांनी कालिदासाच्या 'शाकुंतल' नाटकाचे मराठीत संगीत रूपांतर केले. 'शाकुंतल'नंतर त्यांनी सर्वस्वी स्वतंत्र व विविध नाट्यगुणांनी नटलेले 'सौभद्र' नाटक लिहिले. गेली सत्तर वर्षे हे नाटक मराठी रंगभूमीवर अत्यंत लोकप्रिय होऊन राहिले आहे. 'सौभद्र'नंतर किर्लोस्करांनी 'रामराज्यवियोग' नाटक लिहायला घेतले होते. पण त्यांच्या अकाल मृत्यूमुळे ते अपुरे राहिले.

वा. बा. केळकर – (वासुदेव बाळकृष्ण केळकर : १८६०-१८९५)

केळकर हे फर्ग्युसन कॉलेजमध्ये इंग्रजी विषयाचे लोकप्रिय अध्यापक होते. नाटकातील परकीय वातावरणाला आपल्या इकडचा रंग कसा चढवावा, याबाबतीत ते सिद्धहस्त होते. त्यांनी अनुवादित केलेल्या नाटकांपैकी 'टेमिंग ऑफ दि श्रू' या शेक्सपिअरच्या नाटकाचा 'त्राटिका' हा अनुवाद मराठी रंगभूमीवर अतिशय लोकप्रिय होता.

गो. ब. देवल – (गोविंद बल्लाळ देवल : १८५४-१९१६)

देवल हे किर्लोस्करांचे शिष्य. शूद्रकाचे 'मृच्छकटिक' नाटक देवलांनी अनुवादित

करून महाराष्ट्रात घरोघर नेले. बाणाच्या 'कादंबरी'वरून लिहिलेले 'शापसंभ्रम' नाटक व शेक्सपिअरच्या 'ऑथेल्लो'वरून लिहिलेले 'झुंझारराव' नाटक ही दोन्ही देवलांचे अनुवादकौशल्य किती उच्च प्रतीचे होते हे दर्शवितात. पण त्यांना कीर्तिशिखरावर नेले, ते दोन नाटकांनी — 'शारदा' व 'संशयकल्लोळ' या कृतींनी. नाटककाराला आवश्यक असलेले अनेक गुण त्यांच्या ठिकाणी एकवटले होते. मनुष्यस्वभावाचे सूक्ष्म निरीक्षण, मार्मिक व प्रसादपूर्ण संवाद, वास्तवाचे काटेकोर चित्रण, नाट्यपूर्ण रचना आणि सुलभ व मधुर पदे ही त्यांच्या नाट्यकृतींची वैशिष्ट्ये होत.

श्री. कृ. कोल्हटकर – (श्रीपाद कृष्ण कोल्हटकर : १८७१-१९३४)

कोल्हटकर हे मराठीतील विनोदी लेखनाचे प्रमुख प्रवर्तक. 'सुदाम्याचे पोहे' हा त्यांच्या विनोदी लेखांचा संग्रह मराठी वाङ्मयाचे एक भूषण आहे. विनोदाप्रमाणे टीका व नाट्य या क्षेत्रांतली त्यांची कामगिरीही मोलाची आहे. 'मूकनायक, 'मतिविकार', 'प्रेमशोधन' व 'जन्मरहस्य' ही त्यांची नाटके विशेष महत्त्वाची आहेत. चतुर व चटकदार संवाद, स्वतंत्र कथानके व कल्पनारम्य वातावरण हे त्यांच्या नाटकांचे विशेष होत.

कृ. प्र. खाडिलकर – (कृष्णाजी प्रभाकर खाडिलकर : १८७२-१९४८)

टिळकयुग व गांधीयुग या दोन्ही कालखंडांत खाडिलकरांनी एक प्रमुख पत्रकार या नात्याने मोठ्या निष्ठेने देशाच्या राजकारणात भाग घेतला. ही निष्ठेची उत्कटता व स्वभावाची तेजस्विता त्यांच्या नाटकातही उत्कृष्ट रीतीने प्रतिबिंबित झाली आहे. 'कीचकवध', 'भाऊबंदकी' व 'विद्याहरण' ही त्यांची नाटके या दृष्टीने अत्यंत अभ्यासनीय आहेत. त्यांच्या प्रत्येक नाटकात विशिष्ट तत्त्वाचा प्रभावी व नाट्यपूर्ण रीतीने ऊहापोह केलेला असतो. त्यामुळे जीवनातल्या संघर्षाची आणि मूल्यांची वाचक प्रेक्षकांना तीव्र जाणीव होऊन, त्यांना उदात्ततेचा साक्षात्कार घडतो. 'भाऊबंदकी', 'कीचकवध', 'विद्याहरण', 'मानापमान' वगैरे त्यांच्या लोकप्रिय नाटकांप्रमाणे 'कांचनगडची मोहना' किंवा 'बायकांचे बंड' ही त्यांची पहिली नाटकेसुद्धा अभ्यासकांनी वाचणे आवश्यक आहे.

भा. वि. वरेरकर – (भार्गवराव विठ्ठल वरेरकर : जन्म : १८८३-१९६४)

विपुल व विविध वाङ्मय लिहिणाऱ्या विद्यमान लेखकांत वरेरकरांना महत्त्वाचे व मानाचे स्थान आहे. मात्र 'विधवाकुमारी', 'धावता धोटा', 'सात लाखांतील एक' या त्यांच्या कादंबऱ्या वाचनीय असल्या, तरी नाट्य हेच त्यांचे सर्वांत आवडते क्षेत्र आहे. गेल्या पन्नास वर्षांत त्यांनी लिहिलेल्या लहानमोठ्या नाटकांची संख्या

पन्नाशीच्या घरात जाईल. नवीन नाट्यतंत्राचा पुरस्कार, सामाजिक सुधारणेचा कैवार, स्त्रिया व दलितवर्ग यांच्याविषयी जिव्हाळा आणि नव्या नव्या ज्वलंत प्रश्नांना नाट्यरूप देण्याची शक्ती हे त्यांच्या नाटकांचे विशेष होत. 'कुंजविहारी', 'हाच मुलाचा बाप', 'संन्याशाचा संसार', 'सत्तेचा गुलाम', 'सोन्याचा कळस', 'सारस्वत' व 'भूमिकन्या सीता' ही विशेष महत्त्वाची नाटके आहेत.

रा. ग. गडकरी – (राम गणेश गडकरी : १८८५-१९१९)

गडकरी हे कोल्हटकरांचे शिष्य. त्यांना लेखनाला दीर्घ आयुष्य मिळाले नाही. त्यामुळे चार पूर्ण व दोन अपूर्ण नाटके एवढाच त्यांचा नाट्यसंसार आहे. पण अवघ्या चार नाटकांनी त्यांनी रंगभूमीवर अभूतपूर्व लोकप्रियता मिळविली. तरल कल्पकता, उत्कट भावगर्भता व वाचक आणि प्रेक्षक यांना धुंद करणारी कल्पनारम्यता हे त्यांच्या नाट्यप्रतिभेचे विशेष होत. 'प्रेमसंन्यास', 'पुण्यप्रभाव', 'एकच प्याला' व 'भावबंधन' या त्यांच्या चार नाटकांप्रमाणे अपूर्ण 'राजसंन्यास' नाटकही अभ्यसनीय आहे.

प्र. के. अत्रे – (प्रल्हाद केशव अत्रे : जन्म : १८९८-१९६९)

अत्रे गडकऱ्यांना आपले गुरू मानतात. साहजिकच कोल्हटकर-गडकरी संप्रदायाचे विशेष त्यांच्या लेखनात प्रकट होत आले आहेत. ते अष्टपैलू लेखक आहेत. पण त्यांना सर्वांत अधिक लोकप्रियता मिळवून दिली ती त्यांच्या विनोदी नाटकांनी. गंभीर नाटकांपैकी 'घराबाहेर' व 'उद्याचा संसार' या दोन्हींमध्ये अत्र्यांचे नाट्यगुण व वाङ्मयगुण चांगल्या रीतीने प्रकट झाले आहेत. पत्रकार व चित्रपटकथाकार या नात्यांनीही त्यांचे स्थान महत्त्वाचे आहे.

मो. ग. रांगणेकर – (मोतीराम ग. रांगणेकर : जन्म : १९०७)

१९४० नंतर मराठी रंगभूमीला झपाट्याने उतरती कळा लागली. अशा प्रतिकूल परिस्थितीत ती टिकवून धरण्याचे प्रयत्न करणाऱ्यांमध्ये रांगणेकर अग्रेसर आहेत. त्यांनी बरीच नाटके लिहिली असून, त्यापैकी 'कुलवधू' अतिशय लोकप्रिय आहे. 'आशीर्वाद', 'वहिनी', 'नंदनवन' ही त्यांची इतर नाटकेही वाचनीय आहेत.

वि. वा. शिरवाडकर – (विष्णू वामन शिरवाडकर : जन्म : १९१२-१९९९)

शिरवाडकर हे १९३५ नंतरच्या काळातले एक अग्रगण्य कवी असून, 'कुसुमाग्रज' या नावाने प्रसिद्ध आहेत. लघुकथा, लघुनिबंध, कादंबरी वगैरे क्षेत्रांत ते संचार करीत असले तरी काव्याइतकेच त्यांना लोकप्रिय असलेले दुसरे क्षेत्र म्हणजे नाट्य हे होय. त्यांनी आतापर्यंत पाच नाटके लिहिली आहेत. 'दूरचे दिवे', 'दुसरा पेशवा', 'वैजयंती', 'कौंतेय' व 'राजमुगुट'. यापैकी तीन रूपांतरित आहेत. गडकऱ्यांप्रमाणे त्यांच्या नाटकांतही काव्यशक्तीचा विलास चांगल्या रीतीने दृष्टीला पडतो.

●

www.ingramcontent.com/pod-product-compliance
Lightning Source LLC
LaVergne TN
LVHW020003230825
819400LV00033B/977
* 9 7 8 8 1 7 1 6 1 6 7 7 0 *